गुंग करणारी, अद्‌भुत कहाणी!

– लायब्ररी जर्नल

'आयलंड ऑफ द ब्ल्यू डॉल्फिन्स' – अभिजात वाङ्मयाची कालातीतता आणि अक्षरत्व या साहित्यकृतीत आहे.

– शिकागो ट्रिब्यून

विचित्र, तरीही सुंदर. असामान्य धैर्य, मनाची प्रसन्नता आणि आत्म्याची थोरवी ओलांडून दाखवणारी कहाणी.

– द हॉर्नबुक मॅगझिन

मन हेलावून टाकणारी आणि अविस्मरणीय गोष्ट!

– बुकलिस्ट

'आयलँड ऑफ द ब्ल्यू डॉल्फिन' नावाच्या एका बेटावर कराना नावाची बारा-तेरा वर्षांची मुलगी १८ वर्षं या बेटावर एकटीच राहिली. अनेक संकटं येऊनही ती खचली नाही. तिच्या या सत्य कहाणीला कल्पित प्रसंगांची जोड देऊन स्कॉट ओडेल यांनी ही कादंबरी लिहिली आहे. आशावादाची, धडपडीची, नव्या शोधांची, जीवनेच्छेची ही कहाणी आहे.

दैनिक सकाळ, सप्तरंग, २-४-२०१७

गोष्ट एका करानाची

निळ्या डॉल्फिन्सच्या बेटावरील सत्यकथा!

लेखक

स्कॉट ओ'डेल

अनुवाद

मैत्रेयी जोशी

मेहता पब्लिशिंग हाऊस

Please contact us at **Mehta Publishing House,** 1941, Madiwale Colony, Sadashiv Peth, Pune 411030.

✆ +91 020-24476924 / 24460313

Email : info@mehtapublishinghouse.com
production@mehtapublishinghouse.com
sales@mehtapublishinghouse.com

Website : www.mehtapublishinghouse.com

- *या पुस्तकातील लेखकाची मते, घटना, वर्णने ही त्या लेखकाची असून त्याच्याशी प्रकाशक सहमत असतीलच असे नाही.*

Translated into Marathi Language by Maitreyi Joshi

गोष्ट एका करानाची / अनुवादित सत्यकथा

अनुवाद : मैत्रेयी जोशी
२०१/श्री-मांगल्य, प्लॉट नं. ७ ए, नौपाडा हायवे सोसायटी,
एस. व्ही. रोड, ठाणे ४००६०२

मराठी अनुवादाचे व प्रकाशनाचे हक्क मेहता पब्लिशिंग हाऊस, पुणे.

प्रकाशक : सुनील अनिल मेहता, मेहता पब्लिशिंग हाऊस,
१९४१, सदाशिव पेठ, माडीवाले कॉलनी, पुणे - ४११०३०.

मुद्रक : पार्कसन्स ग्राफिक्स, १५, शहा इंडस्ट्रिअल इस्टेट,
वीरा देसाई रोड, अंधेरी (प.) मुंबई - ४०० ०५३.

मुखपृष्ठ : फाल्गुन ग्राफिक्स

प्रथमावृत्ती : जानेवारी, २०१७

किंमत : ₹ १९५

P Book ISBN 9789386342157

आयझॅक

डोर्सा

क्लेअर

जिलीयन

या सर्व रसेल बालगोपाळांना

आणि

फेलिसिटी

तसेच

एरिक

चेरी

आणि

ट्विंकल

यांना प्रेमपूर्वक

लेखकाची टिपण्णी

या पुस्तकातलं बेट, ज्याचा 'आयलंड ऑफ द ब्ल्यू डॉल्फिन्स' या नावानं उल्लेख झाला आहे, त्या बेटावर ख्रिस्तपूर्व २०००च्या आसपास इंडियन्स आले आणि तेथेच त्यांनी वसाहत केली. ते या बेटावरचे पहिले रहिवासी!

पण गौरवर्णीयांना या बेटाचा शोध लागला, तो इ.स. १६०२मध्ये. त्यावर्षी स्पॅनिश संशोधक सेबॅस्शियन विसकायनो मेक्सिकोहून निघाला. तो अशा एका बंदराच्या शोधात होता, जिथे फिलिपिन्सहून खजिना गोळा केलेली मोठ्या शिडांची व्यापारी जहाजे विपत्तीच्या काळात आश्रय घेऊ शकतील. कॅलिफोर्निया किनाऱ्याच्या उत्तरेला काठाकाठाने प्रवास करत असताना हे बेट त्याच्या दृष्टीस पडले. त्याने किनाऱ्यावर एक लहानशी नाव पाठवली. खलाशी, प्रवासी आणि व्यापारी या सर्वांच्या संरक्षक देवतेच्या स्मरणार्थ त्याने त्या बेटाचे, 'ला इला डा सॅन निकोलस' असे नामकरण केले.

शतकं लोटली, कॅलिफोर्नियावरचे स्पॅनिश राज्य जाऊन आता मेक्सिकन सत्ता आली. अमेरिकन्स आले, पण इकडे या बेटावर क्वचितच कुणी शिकारी यायचे. त्यामुळे तिथले इंडियन्स मुख्य समाजापासून अलगच राहिले.

या कहाणीतली मुलगी रॉबिन्सन क्रुसोची बहीण शोभावी अशीच आहे. ती इ.स.१८३५-१८५३ अशी १८ वर्षं या बेटावर एकटी राहिली होती. इतिहासात ती 'सॅन निकोलसची हरवलेली स्त्री' म्हणून प्रसिद्ध आहे. तिची जीवनकहाणी मी इथे माझ्या शब्दांत मांडण्याचा

प्रयत्न केला आहे.

तिच्याविषयी फारशी माहिती उपलब्ध नाही. कॅप्टन हबर्ड याचं पुढे-मागे शीड असलेलं जहाज गालाज-ॲटच्या इंडियन्सना घेऊन गेलं आणि त्याच्या सांगण्यानुसार इतकंच कळलं की, या मुलीने खरोखरच समुद्रात उडी मारली. तिला थोपवण्याचे सारे प्रयत्न निष्फळ ठरले.

कॅप्टन निडेव्हरच्या नोंदीनुसार त्याला कराना १८ वर्षांनंतर या बेटावर सापडली. भूशिरावर बांधलेल्या एका ओबडधोबड घरामध्ये ती एकटीच एका कुत्र्याबरोबर राहात होती. तिने कॉर्मोरंट पक्ष्याच्या पिसांचा स्कर्ट घातला होता.

सांता बार्बरा मिशनचे फादर गोन्सालीस यांनी तिची सुटका झाल्यानंतर तिच्याशी मैत्री केली. तिच्याकडून त्यांना कळलं की, तिच्या भावाला रानटी कुत्र्यांनी फाडून खाल्लं होतं. त्यांना जास्त माहिती मिळाली नाही, कारण ती फक्त खुणांच्या साहाय्याने त्यांच्याशी संवाद साधत होती. फादर किंवा मिशनमधले इतर इंडियन्स; कुणीच तिची विचित्र भाषा समजू शकले नाहीत. गालाज-ॲटवरील इंडियन्स नामशेष होऊन प्रदीर्घ काळ लोटला होता.

सॅन निकोलसची ही बेपत्ता स्त्री आज एका टेकडीवर चिरनिद्रा घेत आहे. सांता बार्बरा मिशनजवळ असलेल्या या टेकडीवर तिचे दफन करण्यात आले आणि तिचा हिरवा कॉर्मोरंट पिसांचा स्कर्ट रोमला पाठवण्यात आला.

आठ चॅनल आयलंड्सपैकी सर्वांत बाहेरच्या बाजूला असलेले हे

बेट सॅन निकोलस लॉसएंजेलिसच्या नैर्ऋत्येला सुमारे ७५ मैलांवर आहे. कित्येक वर्षं इतिहास संशोधकांना वाटत होतं की, हे बेट सहाशे वर्षांपूर्वी वसलं असावं. पण नुकत्याच केलेल्या उत्खननाच्या आधारे (कार्बन-चौदा चाचण्या) असं दिसतं की, उत्तरेकडून हे इंडियन्स ख्रिश्चन युगाचा आरंभ होण्यापूर्वी कितीतरी अगोदर आले.

अलास्काच्या किनाऱ्यावर सापडलेल्या चित्रांशी साधर्म्य दाखवणारी त्यांची वनचरांची, जलचरांची आणि पक्ष्यांची चित्रं लॉसएंजेलिसच्या साउथ-वेस्ट म्युझियममध्ये पाहायला मिळतील. ही चित्रं कोरणाऱ्या कलावंतांच्या बोटात जादू होती, असं म्हटलं तर वावगं ठरणार नाही.

सॅन निकोलसचं भविष्य धूसर आहे. आता तिथे युएस नेव्हीचा गुप्ततळ आहे. पण वैज्ञानिकांना भीती वाटते की, लाटांचा होणारा सततचा मारा आणि प्रक्षुब्ध वारे यामुळे एक दिवस हे बेट पुन्हा समुद्रात गडप होईल.

हे पुस्तक लिहिताना मला मॉड आणि डेलोस लव्हलेसची मोलाची मदत झाली. त्याबद्दल मी त्यांचा, तसंच साउथ-वेस्ट म्युझियमचे बर्निस ईस्टमन जॉन्सन आणि 'सॅनडिएगो म्युझियम ऑफ मॅन'चे माजी प्रमुख फ्लेचर कार यांचाही ऋणी आहे.

एक

ॲल्यूट जहाज* आमच्या बेटावर आले तो दिवस मला चांगला आठवतो. प्रथम ते समुद्रावर तरंगत्या एखाद्या छोट्याशा शिंपल्यासारखं दिसलं. नंतर त्याचा आकार मोठा होऊ लागला आणि पंख मिटून घेतलेल्या एखाद्या सी-गल पक्ष्यासारखं ते दिसू लागलं. शेवटी उगवत्या सूर्याच्या प्रकाशात ते काय होतं, त्याचा उलगडा झाला. दोन तांबड्या रंगाची शिडं असलेलं एक लाल रंगाचं जहाज होतं ते.

माझा भाऊ आणि मी एका खोल दरीच्या तोंडाशी गेलो होतो. वळणं घेत ही दरी एका छोट्या बंदराशी येऊन थडकते. त्या चिमुकल्या बंदराचं नाव आहे, 'कॉरल कोव्ह.' आम्ही तिथे वसंत ऋतूत उगवणारी कंदमुळं गोळा करायला गेलो होतो.

माझा भाऊ रॅमो अगदी छोटा होता... माझ्या वयाच्या बरोब्बर निम्मा!! माझं वय होतं, १२ वर्षं. माझ्या मानानं तो छोटाच होता. मी कितीतरी पावसाळे पाहिले होते, पण असं असलं तरी, तो एखाद्या रातकिड्यासारखा चपळ होता. आणि उत्तेजित झाला म्हणजे तेवढाच वाह्यातपणाही करायचा. त्यामुळेही आणि त्यानं मला कंदमुळं गोळा करायला मदत करावी, पळून जाऊ नये म्हणूनही मी त्याला सोबत आणलं होतं... मी त्याला त्या 'शिंपल्याविषयी' किंवा पंख मिटून घेतलेल्या त्या 'सी-गल'विषयी काही सांगितलं नव्हतं.

माझ्या हातातील टोकदार काठीने मी 'ब्रश'च्या खुरट्या झुडपांमध्ये

---

* ॲल्यूट जहाज : रशियन बनावटीचं जहाज. याच्यात बसून 'ॲल्यूट्स' (तेथील रहिवासी) आले. ॲल्यूट ही पॅसिफिकवरील अलास्कामधील बेटं आहेत.

उकरत राहिले. जणूकाही समुद्रावर काही घडतच नव्हतं, अशा थाटात! माझी जेव्हा अगदी खातरी पटली की, तो सी-गल म्हणजे प्रत्यक्षात एक जहाज होतं, दोन शिडंवालं जहाज; तेव्हासुद्धा मी माझं काम चालूच ठेवलं.

पण रॅमोच्या नजरेतून क्वचितच काही सुटायचं. एखाद्या सरड्यासारखे त्याचे डोळे काळे होते आणि अगदी टपोरे आणि तसेच कधीकधी झोपाळल्यासारखे वाटायचे. पण अशाच वेळी त्याच्या नजरेतून काही सुटत नसे. आत्ताही त्याचे डोळे अर्धोन्मीलित तसेच दिसत होते; जणूकाही खडकावर पहुडलेल्या आणि एखादी माशी (किडा) पकडण्यासाठी जीभ बाहेर काढायच्या बेतात असलेल्या कुणा सारड्यासारखे!

"समुद्र शांत दिसतो आहे," रॅमो म्हणाला, "एखाद्या चपट्या दगडासारखा, ज्यावर ओरखडे उमटलेले नाहीत असा." माझ्या भावाला एखादी गोष्ट, ती 'ती' नसून दुसरीच आहे, असं भासवायला फार आवडायचं.

"समुद्र म्हणजे ओरखडे नसलेला दगड नसतो काही," मी त्याचं म्हणणं खोडून काढलं. "हा समुद्र म्हणजे नुसतं पाणी आहे चहूकडे आणि त्यावर लाटा मुळीच उठत नाहीत."

"माझ्या दृष्टीने तो एक निळ्या रंगाचा दगडच आहे," तो म्हणाला, "आणि दूरवर त्या दगडाच्या टोकाला एक चिमुकला ढग दिसतो आहे, त्यावर बसलेला."

"अँहँ... ढग काही दगडावर टेकत नसतो... निळ्या, काळ्या किंवा कुठल्याच प्रकारच्या दगडावर नाही."

"पण हा ढग बसला आहे."

"समुद्रावर नाही," मी म्हटलं, "तिथे डॉल्फिन्स, गल्स, कॉर्मोरंट्स, ऑटर आणि देवमासेसुद्धा येऊन टेकतात; पण ढग नाही."

"कदाचित तो एखादा देवमासा असेल."

रॅमो एकदा या पायावर, एकदा त्या पायावर उभा राहत होता. जवळ येणाऱ्या त्या जहाजाला न्याहाळत होता. अर्थात, त्याला ते 'जहाज' आहे याची कल्पना नव्हती, कारण त्यानं या आधी जहाज पाहिलंच नव्हतं. खरं तर मीही कधी पाहिलं नव्हतं. पण मला जहाज कसं दिसतं याची कल्पना होती. कारण मी मोठ्यांच्या गप्पांमधून ते ऐकलं होतं.

"तू समुद्राकडे नुसतं बघत बस," मी म्हटलं, "आणि मी एकटी कंदमुळं उकरून काढते. मग मीच एकटी खाईन ती, तुला मुळीच ठेवणार नाही."

रॅमोने त्याच्या काठीने लगबगीने जमीन उकरायला सुरुवात केली. पण जहाज जसजसं जवळ येऊ लागलं, तसतशी त्याची शिडं सकाळच्या धुक्यात तांबूस दिसू लागली. रॅमो एकटक तिकडेच पाहात होता; पण आव मात्र असा आणत होता की, आपलं तिकडे अजिबात लक्ष नाही.

"तू कधी लाल रंगाचा देवमासा पाहिला आहेस?" त्यानं विचारलं.

"होऽ" मी उत्तर दिलं. मी कधीच पाहिला नव्हता, तरीही!

"मी पाहिलेले सगळे मासे करड्या रंगाचे होते."

"तू अजून बच्चा आहेस. एवढ्यात जगातल्या साऱ्या जलचरांना तू कुठून पाहाणार?"

रॅमोने एक मूळ उचललं. ते तो टोपलीत टाकणारच होता. पण अचानक त्यानं तोंडाचा 'आ' वासला आणि पुन्हा तोंड मिटलं.

"एक पडाव येतो आहे!" तो ओरडला, "केवढा मोठ्ठा पडाव! आपल्या सगळ्या नावा एकत्र केल्या तरी त्याच्यापुढे लहानच दिसतील इतका मोठ्ठा. लाल रंगाचा...."

एखादा पडाव काय किंवा जहाज काय, रॅमोला फारसा फरक पडला नसता. पुढच्याच क्षणी त्यानं हातातलं ते कंदमूळ हवेत भिरकावलं आणि तो त्या दिशेनं पळत सुटला – ब्रशची झुडपं* तुडवत... धावताना तो आरडाओरडा करत होता.

मी कंदमुळं गोळा करत राहिले, पण माती उकरताना माझेही हात थरथरत होते. कारण मी त्याच्याहीपेक्षा जास्त उत्तेजित झाले होते. मला माहिती होतं की, समुद्रावर आलेलं ते एक जहाज होतं. तो मोठा पडाव नव्हता. जहाज आलं आहे, याचे कितीतरी अर्थ निघत होते. हातातली काठी खाली टाकून मलाही पळत सुटावंसं वाटत होतं. पण, मी कंदमुळं खणून काढण्याचं काम चालूच ठेवलं, कारण आमच्या खेड्यात त्यांची गरज होती.

---

* ब्रशची झुडपं : खुरटे झुडूप. सरत्या उन्हाळ्यात किंवा पानगळीच्या मोसमात याला पांढरी फुले येतात.

माझी टोपली भरून होईपर्यंत अ‍ॅल्यूट जहाजाने कॉरल कोव्हचं रक्षण करणाऱ्या दोन खडकांच्यामधून आणि आमच्या बेटाला घेरून टाकणाऱ्या विस्तीर्ण केल्प वनस्पतीच्या गालिच्याभोवती फेरी मारली होती. वळसा घेऊन ते आता बंदरात येत आहे, ही खबर कधीच आमच्या गालाज-अ‍ॅट खेड्यात पोहोचली होती. आपापली शस्त्रं घेऊन आमची माणसं किनाऱ्याकडे जाणाऱ्या वळणा-वळणाच्या पायवाटेने वेगाने निघाली. आमच्या स्त्रिया खडकाळ, उंच पठाराच्या कडेला जमू लागल्या.

मी झुडपांच्या दाट रानातून वाट काढत आणि झपझप चालत दरी उतरून समुद्रकिनाऱ्यावरच्या कड्यांपाशी आले. तिथे मी दबा धरून बसले. कड्याखाली कॉरल कोव्ह बंदर पसरलं होतं. ती ओहोटीची वेळ होती आणि समुद्रकिनाऱ्यावरील पांढऱ्या शुभ्र वाळूवर सूर्यकिरणं पडून ती वाळू चमकत होती. आमच्या खेड्यातले निम्मे पुरुष जाण्याच्या काठावर उभे होते. बाकीचे पायवाटेच्या पायथ्याशी असलेल्या खडकांमागे लपले होते. समजा, ते आगंतुक पाहुणे शत्रुत्वाने वागू लागले, तर त्यांच्यावर हल्ला करण्यास सज्ज असावे, म्हणून.

तिथल्या टोयोन*च्या झुडपांमध्ये मी जेव्हा दबा धरून बसले तेव्हा माझा प्रयत्न होता कड्यावरून खाली न पडण्याचा आणि त्याचवेळी लपूनछपून खाली काय चाललं आहे, ते बघण्याचा तसेच ऐकण्याचा. तितक्यात त्या जहाजातून एक नाव बाहेर पडली. हातात लांबलचक वल्ही घेऊन सहा पुरुष ती नाव वल्हवत होते. त्यांची चेहरेपट्टी रुंद होती. चमकदार, काळेभोर केस त्यांच्या डोळ्यांवर येत होते. ते जवळ आल्यावर मला दिसलं की, त्यांनी आपल्या नाकांमध्ये हाडांपासून बनवलेले दागिने घातले होते. कोंबले होते म्हणा ना!

त्यांच्या पाठीमागे नावेत एक उंच माणूस उभा होता. त्याची दाढी पिवळ्या रंगाची होती. मी या आधी कधीच रशियन माणूस पाहिला नव्हता. पण मला माझ्या बाबांनी त्यांच्याविषयी सांगितलं होतं. तो पाय फाकवून, हातांच्या मुठी कमरेवर ठेवून रुबाबात उभा होता. आणि

---

* टोयोन : कॅलिफोर्नियातलं एक झुडूप. 'कॅलिफोर्निया हॉली' या नावाने प्रसिद्ध. दोन वर्षांपेक्षा अधिक काळ टिकणारी वनस्पती.

त्या चिमुकल्या बंदराकडे जणू ते त्याच्याच मालकीचं आहे, अशा थाटातच बघत होता.

त्याचा तो रुबाब पाहाता माझ्या मनात येऊन गेलं की, ज्यांना आमची माणसं घाबरून असायची, त्या उत्तरेकडून आलेल्या माणसांपैकी तर तो एक नव्हता? ती नाव किनाऱ्यावर येऊन थडकली आणि त्यानं बाहेर उडी टाकली. तसं करताना तो आरडाओरडा करत होता. ते पाहून तर माझी तशी खातरीच पटली.

कॉरल कोव्हच्या खडकाळ भिंतीवर आपटून त्याच्या आवाजाचा प्रतिध्वनी उमटत होता. शब्द विचित्र वाटत होते, मी यापूर्वी कधी न ऐकलेले. नंतर तो संथपणे आमच्या भाषेत बोलू लागला.

"मी शांततापूर्ण वाटाघाटी करायला आलो आहे," किनाऱ्यावर उभ्या असलेल्या आमच्या माणसांना उद्देशून तो म्हणाला.

त्यांच्यापैकी कुणीच काही बोललं नाही, पण खडकांमध्ये लपून राहिलेल्या ग्रामस्थांमधून माझे बाबा त्या उतरणीच्या किनाऱ्याच्या दिशेने पुढे आले. त्यांनी आपला भाला वाळूत खुपसला.

"मी गालाज-ॲटचा प्रमुख आहे," ते म्हणाले, "माझं नाव, चीफ चोविग."

आपलं खरं नाव त्यांनी एका परक्या माणसाला सांगावं, याचं मला भारी नवल वाटलं. आमच्या जमातीत प्रत्येकाची दोन नावं असायची. खरं नाव गुप्त असायचं. ते क्वचितच वापरलं जायचं. आणि दुसरं असायचं प्रचलित नाव. या प्रथेमागे असा विश्वास होता की, लोकांनी तुमचं खरं नाव जर वापरलं तर ते झिजतं आणि त्याची जादू नष्ट होते. अशा प्रकारे मी वोना-प-लाई या नावाने ओळखली जायचे. याचा अर्थ 'लांबसडक, काळेभोर केस असलेली मुलगी.' मात्र माझं खरं नाव होतं, कराना. माझ्या बाबांचं खरं नाव होतं, चोविग. त्यांनी ते त्या परक्या इसमाला का सांगावं ते मला कळलं नाही.

तो रशियन हसला. हात वर उचलून त्यानं आपलं नाव कॅप्टन ऑर्लोव्ह असं सांगितलं. माझ्या बाबांनीही हात वर उचलला. मला त्यांचा चेहरा दिसत नव्हता; पण त्याच्या स्मितहास्याची परतफेड त्यांनी केली असावी, असं काही मला वाटत नव्हतं.

"मी माझ्या ४० माणसांना घेऊन आलो आहे," रशियन म्हणाला,

"आम्ही सी-ऑटरची शिकार करायला आलो आहोत आणि शिकारीच्या काळात तुमच्या बेटावर तळ ठोकण्याची आमची इच्छा आहे."

माझे बाबा काहीच बोलले नाहीत. ते चांगले उंचेपुरे होते. मात्र कॅप्टन ऑर्लोव्हइतके नाही. आपले अनावृत्त खांदे ताठ करून ते उभे होते. तो रशियन जे म्हणाला, याचा विचार त्यांच्या मनात चालला असावा. त्याला उत्तर देण्याची त्यांना मुळीच घाई नव्हती, कारण अॅल्यूट्स या आधी ऑटरची शिकार करायला आले होते. अर्थात या गोष्टीला खूप दिवस झाले होते, पण बाबांच्या चांगले स्मरणात होते हे लोक!

"तुम्हाला दुसरी शिकार आठवते आहे?" कॅप्टन ऑर्लोव्हने बाबांना विचारलं. ते काहीच बोलत नाहीत हे पाहून तो बोलू लागला, "मीसुद्धा त्याबद्दल ऐकलं आहे. कॅप्टन मित्रीफने तिचं नेतृत्व केलं होतं. तो एक मूर्ख माणूस होता आणि आता तो या जगात नाही. तुम्ही आणि तुमच्या जमातीनं शिकारीचं मुख्य काम केलं त्यावरून हा वाद विकोपाला गेला."

"हो, आम्ही शिकार केली," माझे बाबा सांगू लागले, "पण तुम्ही ज्याला मूर्ख म्हणता त्याचीच इच्छा होती की, आम्ही रात्र-रात्र, न थांबता शिकार करत राहावं म्हणून!"

"या वेळी मात्र तुम्हाला काही करावं लागणार नाही," कॅप्टन ऑर्लोव्हने आश्वासन दिलं, "माझी माणसं शिकार करतील आणि आपण ती आपापसात वाटून घेऊ. एक हिस्सा तुमचा आणि दोन हिस्से आमचे."

"हिस्से समानच हवेत," माझ्या बाबांनी आग्रह धरला.

कॅप्टन ऑर्लोव्ह नजर हटवून दूर समुद्राकडे टक लावून बघत राहिला. "आपण त्या विषयी नंतर बोलू या. माझा माल किनाऱ्यावर सुरक्षित आल्यावरच," त्यानं उत्तर दिलं.

ती एक सुंदर, शांत सकाळ होती. वारा फारसा नव्हता. पण तो असा मौसम होता की, जेव्हा समुद्रात वादळं उठू शकतात. म्हणून तर त्या रशियनला आमच्या बेटावर यायचं होतं. मी चांगलंच ओळखलं.

"नाही, यावर आत्ताच एकमत झालेलं बरं." माझे बाबा त्यांच्या निर्णयावर ठाम होते.

कॅप्टन ऑर्लोव्ह माझ्या बाबांपासून दूर झाला. दोन ढांगांमध्ये मागे गेला, आणि वळून माझ्या बाबांना सामोरा झाला.

''तुमच्यासाठी एक हिस्सा योग्यच आहे, कारण श्रम आणि जोखीम दोन्ही आमची असणार आहे.''

माझ्या बाबांनी नकारार्थी मान हलवली.

रशियनाने आपली दाढी कुरवाळली, ''समुद्र काही तुमच्या मालकीचा नाही. मग मी तुम्हाला तुमचा हिस्सा का म्हणून द्यावा?''

''या बेटाला घेरणारा समुद्र आमच्याच मालकीचा आहे,'' माझ्या बाबांनी प्रतिवाद केला.

माझे बाबा सौम्य शब्दांत बोलले. त्यांना राग आला की, ते असं सौम्यपणे बोलत असत.

''इथपासून ते सांता बार्बराच्या किनाऱ्यापर्यंत... साठ मैलांपर्यंत?''

''नाही, फक्त बेटाला स्पर्श करणारा आणि जिथे ऑटर्सची वस्ती असते, तेवढा समुद्राचा भाग.''

कॅप्टन ऑर्लोव्हच्या घशातून कसला तरी आवाज निघाला. किनाऱ्यावर उभ्या असलेल्या आणि आता खडकांआडून पुढे झालेल्या आमच्या माणसांकडे त्यानं बघितलं. मग माझ्या बाबांकडे बघितलं आणि खांदे उडवले. अचानक तो हसला... आपले मोठे दात दाखवत!

''ठीक आहे. हिस्से समान असतील,'' तो म्हणाला.

तो अजूनही काही बोलला. पण मी काही ते ऐकलं नाही. कारण त्या कमालीच्या उत्तेजक क्षणी माझ्या पायानं एक छोटासा दगड हलला, कड्यावरून गडगडत तो खाली गेला, आणि त्याच्या पायाशी पडला. किनाऱ्यावरचे सगळे जण वरती बघू लागले. गुपचूप मी त्या टोयोनच्या झुडपांमधून बाहेर पडले आणि न थांबता उंच, खडकाळ पठारावर येईतोवर धावतच होते.

दोन

कॅप्टन ऑर्लोव्ह आणि त्याच्या शिकारी सहकाऱ्यांनी त्या दिवशी सकाळी आपला मुक्काम बेटावर हलवला. जहाजापासून कॉरल कोव्हच्या किनाऱ्यापर्यंत त्यांच्या बऱ्याच फेऱ्या झाल्या. तो किनारा अरुंद आणि उथळ होता. आणि समुद्राला भरती आल्यावर तिथे पूरजन्य परिस्थिती उद्‌भवत असल्यानं त्यानं विचारलं, "आम्ही याहून उंचावरील जमिनीवर तळ ठोकू का?" माझ्या बाबांनी संमती दिली.

मला वाटतं, इथे मी तुम्हाला थोडंसं आमच्या बेटाबद्दल सांगायला हवं. म्हणजे तुम्हाला ते कसं दिसतं, ते नेमकं कुठं होतं, आणि ॲल्यूट्‌सनी जवळपास संपूर्ण उन्हाळ्यामध्ये कुठे तळ ठोकला होता, या गोष्टींचा उलगडा होईल.

आमचं बेट सहा मैल लांब आणि तीन मैल रुंद आहे. त्याच्या मधोमध उगवलेल्या टेकड्यांपैकी एका टेकडीवर समजा तुम्ही उभे असाल तर तुम्हाला वाटेल ते एखाद्या माशासारखं दिसतं आहे, एका कुशीवर पहुडलेल्या डॉल्फिनसारखं! त्याची शेपटी सूर्यदेवाच्या (पूर्वेच्या) दिशेने, त्याचं नाक सूर्यास्ताच्या दिशेला (पश्चिमेला) आणि कल्ले म्हणजे समुद्राच्या पाण्याखाली जेमतेम बुडालेले खडक आणि किनाऱ्यालगत पसरलेल्या खडकाळ कपारी. कदाचित पृथ्वीचा नुकताच जन्म झाला असताना, त्या आरंभीच्या दिवसांत कुणीतरी त्या फारशा उंच नसलेल्या टेकड्यांवर उभा राहिला असावा आणि त्या बेटाच्या आकारामुळे त्यानं बेटाला 'आयलंड ऑफ द ब्ल्यू डॉल्फिन्स' असं नाव दिलं असावं का? मला नाही माहीत. आमच्या समुद्रात विपुल संख्येने डॉल्फिन्स राहातात,

त्यामुळे शक्यता आहे की त्यांच्यामुळे ते नाव पडलं असावं. पण कारण काही का असेना, आमच्या या बेटाचं असं नाव पडलं हे मात्र खरं.

आमच्या बेटाचं पहिलं वैशिष्ट्य मला वाटतं तुमच्या लक्षात आलं असेल, ते म्हणजे इथले वारे! वर्षातले जवळ-जवळ ३६५ दिवस इथे वारे वाहात असतात, कधी ईशान्येकडून तर कधी पूर्वेकडून आणि फारच क्वचित दक्षिणेकडून. दक्षिणेकडून येणाऱ्या वाऱ्यांमध्ये तितका जोर नसतो. पण बाकी सर्व वारे जोरदार असतात आणि त्या वाऱ्यांमुळेच इथल्या टेकड्या घासून-घासून गुळगुळीत झाल्या आहेत, तर इथली झाडं खुरटी आणि वाकलेली आहेत. अगदी कॉरल कोव्हकडे धावत जाणाऱ्या दरीतली झाडंसुद्धा!

गालाज-ॲट हे आमचं खेडं या टेकड्यांच्या पूर्वेस एका लहानशा पठारावर पहुडलं आहे. हे पठार कॉरल कोव्हच्या जवळच असून तिथून जवळच एक झरा वाहातो. या झऱ्याला अमाप पाणी आहे. उत्तरेला सुमारे दीड-एक मैलांवर आणखी एक झरा आहे आणि तिथेच ॲल्यूट्सनी आपल्या राहुट्या उभारल्या होत्या. त्या कातड्यापासून बनवल्या होत्या आणि त्यांची उंची फारच कमी होती. त्या माणसांना आत जायचं म्हणजे पोटावर पडून सरपटत आत जावं लागायचं. तिन्हीसांजा झाल्या की, त्यांच्या शेकोट्यांचा प्रकाश आम्हाला दिसायचा.

त्या रात्री माझ्या बाबांनी आमच्या खेड्यातल्या सर्व ग्रामस्थांना सक्त ताकीद दिली, "ॲल्यूट्सच्या तळाकडे कुणीही फिरकायचं नाही."

"हे ॲल्यूट्स उत्तरेकडील दूरच्या एका देशातून इथे आले आहेत," ते सांगू लागले. "ना त्यांची जीवनशैली आपल्यासारखी आहे, ना भाषा. ते आले आहेत ऑटरची शिकार करायला आणि त्या बदली आपल्याला त्यांच्याजवळील विचित्र वस्तू द्यायला. आपल्या हिश्शात आलेल्या या वस्तूंचा आपण नक्कीच फायदा करून घेऊ शकू. पण आपण त्यांच्याशी मैत्री करायला गेलो, तर मात्र त्यात आपलंच नुकसान आहे. या माणसांना मैत्री समजत नाही. यापूर्वी इथे जे येऊन गेले, ती ही माणसं नव्हेत; परंतु ज्यांनी बऱ्याच वर्षांपूर्वी आपल्याला त्रास दिला होता त्याच जमातीची ही माणसं आहेत."

माझ्या बाबांच्या आज्ञेचं तत्परतेने पालन करण्यात आलं. आम्ही त्यांच्या तळाकडे फिरकलो नाही आणि तीही माणसं आमच्या खेड्याकडे

आली नाहीत. पण याचा अर्थ असा नाही की ते काय करत होते, ते आम्हाला कळतंच नव्हतं. ते काय खातात, कशा पद्धतीने स्वयंपाक करतात, दररोज किती ऑटर्स मारले जात आहेत अशा प्रत्येक गोष्टीची आम्हाला बित्तंबातमी असायची. कारण कुणी ना कुणी कड्यांवरून सतत त्यांची टेहळणी करत असायचं, विशेषत: ते शिकारीवर गेले की किंवा मग घळीतून जेव्हा ते आपल्या राहुट्यांमध्ये परत आलेले असत तेव्हा.

उदाहरणार्थ रॅमोने कॅप्टन ऑर्लोव्हसंबंधी एक बातमी आणली.

"सकाळी जेव्हा तो सरपटत राहुटीच्या बाहेर येतो, तेव्हा तो एका खडकावर बसतो आणि कॉर्मोरंट* पक्ष्याच्या पंखाइतकी चमक येईपर्यंत आपली दाढी विंचरत राहातो," रॅमोने सांगितलं.

माझी बहीण उलापी, माझ्यापेक्षा दोन वर्षांनी मोठी होती. तिने तर सर्वांत चटकदार बातमी आणली. शपथ घेऊन तिने सांगितलं की, त्या शिकाऱ्यांमध्ये एक ॲल्यूट मुलगीसुद्धा होती.

"पुरुषांसारखे तिनेही कातड्यापासून बनवलेले कपडे घातले आहेत," उलापी सांगू लागली, "फरक इतकाच की तिने एक फरची टोपी घातली आहे आणि त्या टोपीखालून तिचे थेट कमरेपर्यंत रुळणारे दाट केस दिसतात."

मात्र उलापीच्या सांगण्यावर कुणीच विश्वास ठेवला नाही. शिकारीच्या मोहिमेवर येताना कुणी आपल्या बायकांना बरोबर आणण्याची तसदी घेतील, या कल्पनेनेच सगळ्यांना हसू आलं.

अर्थात, ॲल्यूट्ससुद्धा आमच्या खेड्यावर लक्ष ठेवून असायचे. नाहीतर, त्यांच्या आगमनानंतर थोड्याच दिवसांत आमचं नशीब फळफळलं हे त्यांना कसं कळलं असतं?

घडलं ते असं. वसंत ऋतूचा प्रारंभ म्हणजे मासेमारीसाठीचा खराब काळ. उधाणलेला समुद्र आणि हिवाळ्याचे वारे माशांना आत खोल-खोल पाण्यात ढकलत असतात. मग ते मासे हवामान स्थिर होईपर्यंत तिथंच राहातात आणि तिकडे त्या खोल पाण्यात मासेमारी करणं कठीण होऊन बसतं. या मौसमात ग्रामस्थ बऱ्याचदा शरद ऋतूत

---

* कॉर्मोरंट : मारढोक पक्षी.

कापणी केलेल्या पिकांच्या साठ्यामधलं तसं हातचं राखूनच खातात.

आम्हाला आमच्या सुदैवाची चाहूल एका वादळी दुपारी लागली. उलापीने ती बातमी आणली होती. उलापी अजिबातच स्वस्थ बसायची नाही. शेलफिश मिळतील या आशेने बेटाच्या पूर्वेला असलेल्या एका कपारीकडे ती गेली होती. घरी परत येताना ती एक कडा चढत होती, तितक्यात तिच्या मागच्या बाजूला तिला एक मोठ्ठा आवाज ऐकू आला.

पहिल्यांदा तिला कळलं नाही की, कसला आवाज झाला. तिला वाटलं की, तो गुहेत आपटून येणारा वाऱ्याचा प्रतिध्वनी असावा. ती निघणार होती, तेवढ्यात कॉरल कोव्हच्या जमिनीवर तिला काही रुपेरी आकार दिसले. ते आकार हालचाल करत होते. तेव्हा तिच्या लक्षात आलं की, तो मोठ्या पांढऱ्या 'बास' माशांचा थवा होता. प्रत्येक मासा तिच्याइतका मोठा! किलर व्हेल्सनी पाठलाग केल्यामुळे त्या बासच्या थव्यानं किनाऱ्याकडे पोहत येऊन व्हेल्सच्या तावडीतून सुटायची धडपड केली होती. हे 'किलर व्हेल्स' एरवी 'सील'वर ताव मारतात. पण ते मिळाले नाहीत तर 'बास' त्यांचे भक्ष्य बनतात. पण बासना त्यांच्या भीतिपोटी पाण्याच्या खोलीचा अंदाज न आल्यानं ते खडकाळ कपारीवर भिरकावले गेले होते.

शेलफिशने भरलेली तिची टोपली उलापीने तशीच खाली टाकली आणि ती खेड्याकडे धावत सुटली. आली ती अगदी धापा टाकत... इतका दम लागला होता तिला की, किनाऱ्याच्या दिशेने ती नुसतीच बोट दाखवू लागली. स्त्रिया संध्याकाळच्या जेवण्याच्या तयारीत होत्या. पण त्यांनी हातातलं काम थांबवलं आणि सगळ्या तिच्याभोवती गोळा झाल्या ती कधी बोलते आहे, याची वाट पाहू लागल्या.

"पांढऱ्या बासचा थवा," शेवटी एकदाचे तिच्या तोंडून शब्द बाहेर पडले.

"कुठे? कुठे?" सगळ्यांनी गलका केला.

"त्या खडकांवर. डझनभर तरी असतील, कदाचित त्याहूनही जास्त."

उलापीचं बोलणंही आम्ही पुरं होऊ दिलं नाही व आम्ही किनाऱ्याकडे धावत सुटलो. या आशेने की आपण तिथे वेळेवर पोहोचायला हवं. बासचा तो थवा पुन्हा समुद्रात धपकन पडला नसेल किंवा चुकून

आलेल्या लाटेने त्यांना दूर ओढून नेलं नसेल... ते पुन्हा लाटेसरशी वाहून गेले नसतील.

आम्ही कड्यापाशी आलो आणि वाकून बघितलं. तो बासचा थवा अजून तिथेच कपारीवर होता. सूर्यप्रकाशात चमकत होता. पण भरतीच्या लाटा उंच उसळत होत्या आणि त्यातल्या सर्वांत अजस्र लाटा बासच्या थव्यापर्यंत झेपावू लागल्या होत्या. तेव्हा वेळ दवडण्यात अर्थ नव्हता. एकामागून एक आम्ही त्यांना भरतीच्या लाटा पोहोचणार नाहीत, अशा ठिकाणी जोर लावून ओढून आणलं. ते सारे मासे सारख्याच आकारमानाचे आणि जड होते. त्यामुळे नंतर एकेका माशाला नेताना आम्ही दोघी-दोघी लागत होतो. कड्यावरून जाताना तर आम्ही त्यांना वर उचलून धरलं आणि ते मासे घरी आणले.

त्या संध्याकाळच्या जेवणात आणि त्याच्या दुसऱ्या दिवशीसुद्धा आमच्या जमातीतल्या प्रत्येकासाठी पोटभर अन्न होतं. पण दुसऱ्या दिवशी सकाळी दोन ॲल्यूट्स आमच्या खेड्यात आले आणि "तुमच्या प्रमुखाशी बोलायचं आहे," असं सांगू लागले.

"तुमच्याजवळ मासे आहेत," त्यातला एक जण म्हणाला.

"फक्त माझ्या माणसांना पुरतील इतके," माझ्या बाबांचं उत्तर होतं.

"तुमच्याजवळ १४ मासे आहेत," तो ॲल्यूट म्हणाला.

"आता सात उरले आहेत कारण आम्ही सात खाल्ले."

"सातातले दोन तुम्ही देऊ शकता."

"तुमच्या छावणीत ४० जण आहेत," माझ्या बाबांनी प्रत्युत्तर केलं. "आणि आमच्यापेक्षा अधिक! याशिवाय तुमच्याकडे स्वतःचा सुकटाचा साठाही आहे."

"तेच ते खाऊन आम्हाला कंटाळा आला आहे," ॲल्यूट म्हणाला.

तो बुटका माणूस जेमतेम माझ्या बाबांच्या खांद्यापर्यंत पोहोचत होता. त्याचे डोळे काळ्या गोट्यांसारखे बारीक होते आणि तोंड दगडी सुरीच्या टोकासारखं. दुसरा ॲल्यूटही त्याच्याचसारखा दिसत होता.

"तुम्ही शिकारी आहात ना?" माझ्या बाबांनी सुनावलं, "तेच-तेच खाऊन कंटाळा आला असेल तर जा आणि स्वतः मासे पकडा. मला माझ्या माणसांचा विचार केला पाहिजे."

"तुम्ही मासे द्यायला नकार देता आहात, हे कॅप्टन ऑर्लोव्हच्या कानावर गेलं तर....?"

"जा, जाऊन सांगा त्याला," माझे बाबा म्हणाले, "पण आम्ही का नाही म्हटलं तेही सांगा."

त्या अॅल्यूटने गुरगुरल्यासारखा आवाज करून आपला संताप सहकाऱ्याजवळ व्यक्त केला आणि ते दोघे ताठपणे व रागारागाने तिथून निघून गेले. आमच्या खेड्याच्या आणि त्यांच्या छावणीच्यामध्ये पसरलेला वाळूचा नक्षीदार पट्टा त्यांनी आपल्या बुटक्या पायांनी तुडवत पार केला.

त्या रात्री आम्ही राहिलेल्या पांढऱ्या बासवर ताव मारला आणि आमच्या खेड्यात आनंदोत्सव साजरा केला. पण ही मेजवानी चालू असताना, गाणी गाताना आणि शेकोटीभोवती बसून वृद्धांच्या तोंडून गोष्टी ऐकत असताना आम्हाला थोडंच माहिती होतं की, या आमच्या सुदैवापायीच गालाज-अॅटवर लवकरच संकट कोसळणार आहे म्हणून?

तीन

आमच्या बेटाला तिन्ही बाजूंनी वेढून टाकणारं केल्प वनस्पतीचं विस्तीर्ण जाळं किनाऱ्याला स्पर्श करतं. सुमारे तीन मैलांपर्यंत तिचा समुद्रावर गालिचा तयार झाला आहे. केल्पच्या या गच्च, खोलवर फोफावलेल्या जाळ्यामध्ये; ज्या दिवशी सोसाट्याचे वारे वाहात असत; त्या दिवशीसुद्धा अॅल्यूट्स न विसावता शिकार करत असत. आतल्या कातडी पडावांमध्ये बसून ते भल्या पहाटेच निघत आणि रात्र पडेपर्यंत परतत नसत. परत येताना त्यांचे पडाव, मारलेले ऑटर्स दोरखंडाने ओढून आणत.

समुद्रवासी ऑटर जेव्हा पाण्यात पोहत असतो, तेव्हा तो सीलसारखाच दिसतो; पण खरं तर त्याच्यात आणि सीलमध्ये खूप फरक आहे. त्याचं नाक सीलपेक्षा अधिक अपरं असतं. पोहण्याचा वेग वाढावा म्हणून सीलच्या पायांना फ्लिपर्स* जोडलेले असतात, तसे फ्लिपर्स * नसून ऑटरच्या पायाची बोटं बदकासारखी पातळ त्वचेने जोडलेली असतात आणि त्यांची फर अधिक दाट व सुंदर असते. ऑटर आणखीनही काही गोष्टींमध्ये सीलपेक्षा भिन्न असतात. केल्पच्या गालिच्यावर उताणं पाठीवर पडून राहायला, लाटांच्या झुल्यावर झुलायला, सूर्यस्नान करायला आणि झोपा काढायला ऑटरला फार प्रिय असतं. समुद्रातला सर्वांत खेळकर प्राणी म्हणजे ऑटर!

आणि अशा प्राण्याची त्याच्या अंगावरील फरसाठी (कातडीसाठी)

---

* फ्लिपर्स : काही जलचर प्राण्यांमध्ये आढळणारा पोहण्यास उपयुक्त असा एक अवयव.

अॅल्यूट्स बेबंद शिकार करत होते.

कड्यावर उभं राहिलं की, मला केल्पच्या गालिचावरून सुसाट, इकडून-तिकडे धावणारे कातडी पडाव दिसायचे. पाणी फारसं डचमळू न देता, बाणासारखे वेगाने जाणारे त्यांचे भाले घेऊन ते झपकन पाण्यात जात असत. काळोख पडू लागला की शिकारी आपापली शिकार कॉरल कोव्हमध्ये आणायचे आणि तिथे त्या किनाऱ्यावर प्राण्यांना सोलून त्यांचं मांस काढायचं काम चालायचं. भाल्यांना धार लावण्याचं काम करणारी दोन माणसं हे काम करायची. समुद्रवनस्पतींचा जाळ करून त्याच्या उजेडात रात्री उशिरापर्यंत त्यांचं काम चालायचं. सकाळी किनाऱ्यावर सर्वत्र सांगाडे विखुरलेले असत आणि लाटा रक्ताने लाल झालेल्या असत.

आमच्या जमातीतले बरेच जण दररोज रात्री कड्यावर जात असत. दिवसभर अॅल्यूट्सनी किती ऑटर मारले याची मोजदाद करायला. ते मेलेल्या ऑटर्सची संख्या मोजायचे आणि प्रत्येक ऑटरच्या फरबरोबर किती मणी आणि इतर मौल्यवान गोष्टी मिळतील, याचा अंदाज बांधत राहायचे. पण मी कधीच कोव्हकडे गेले नाही. उलट जेव्हा-जेव्हा मी त्या शिकाऱ्यांना त्यांच्या लांब-लांब भाल्यांनी पाण्याचा पृष्ठभाग ढवळून काढताना बघायचे, तेव्हा-तेव्हा मला त्यांचा संताप यायचा कारण हे प्राणी माझे मित्र होते. केल्पच्या गालिच्यावर त्यांना बागडताना किंवा सूर्यस्नान करताना पाहाणं मोठं मौजेचं असायचं. त्यांच्या फरमधून मिळणाऱ्या मण्यांचा नेकलेस* गळ्यात घालण्याच्या कल्पनेपेक्षाही अधिक मौजेचं!

हे मी एक दिवस सकाळी माझ्या बाबांना सांगितलं.

"कॉरल कोव्हच्या आसपास असलेल्या केल्पच्या जाळ्यात आता जेमतेम डझनभर ऑटर्स शिल्लक असतील," मी म्हटलं, "अॅल्यूट्स येण्याच्या आधी खूप ऑटर होते तिथे."

"आपल्या बेटाच्या सभोवती आणखी इतरही जागा आहेत, जिथे अजूनही बरेच ऑटर्स राहातात," बाबांनी उत्तर दिलं. माझ्या मूर्खपणाला हसत होते ते! "शिकाऱ्यांनी आपलं चंबूगवाळं आवरलं की ते परत येतील."

---

* नेकलेस : कंठहार.

"नाही, एकही ऑटर जिवंत राहाणार नाही," मी ठासून सांगितलं. "ते क्रूर शिकारी त्या साऱ्या ऑटर्सना मारून टाकतील. आज सकाळी ते दक्षिणेकडे गेले आहेत. पुढच्या आठवड्यात ते दुसरीकडे जातील."

"त्यांचं जहाज फरने भरून गेलं आहे. एखाद-दुसऱ्या आठवड्यात ते जायच्या तयारीतच असतील."

माझी खातरी पटली की, ॲल्यूट्स लवकरच निघून जातील हा विचार बाबा करत असणार. कारण समुद्रातून वाहात आलेल्या एका लाकडाच्या ओंडक्यापासून एक पडाव बनवण्यासाठी त्यांनी आमच्या खेड्यातल्या काही तरुणांना दोनच दिवस अगोदर किनाऱ्याकडे धाडलं होतं.

आमच्या बेटावर वाऱ्यानं खुरटलेल्या छोट्या झाडांखेरीज दुसरी झाडं नाहीत. समुद्रकिनाऱ्यावर जेव्हा एखादा लाकडी ओंडका क्वचितच वाहात यायचा, तेव्हा तो नेहमी खेड्याकडे आणला जायचा. तिथेच आमची माणसं त्याच्यावर काम करायची कारण न जाणो, चुकून एखादी लाट आली आणि त्या लाटेबरोबर तो पुन्हा सुमद्रात वाहून गेला तर. या भीतीने खेड्यातच काम चालायचं. पण या वेळेला, तिथेच किनाऱ्यावर बसून आमचे तरुण तो ओंडका कोरून काढणार होते आणि रात्रीचे तिथेच त्याच्या पलीकडे झोपणार होते. याचाच अर्थ त्यांना तिथे ॲल्यूट्स लोकांवर नजर ठेवायला पाठवलं होतं. कॅप्टन ऑर्लोव्हने ऑटरच्या कातड्यांची किंमत न देता जहाजात बसून निसटायचा प्रयत्न केला, तर ते आम्हाला सावध करणार होते.

आणि सर्वांनाच ती भीती वाटत होती. म्हणूनच ॲल्यूट जहाजावर पाळत ठेवणाऱ्या त्या कोव्हवरल्या युवकांव्यतिरिक्त इतर युवक ॲल्यूट लोकांच्यावर नजर ठेवून होते.

तासा-तासाला कुणी ना कुणी बातम्या आणत होते. उलापी म्हणाली की, त्या ॲल्यूट स्त्रीने एक संपूर्ण दुपार तिचे कातडी एप्रन्स धुण्यात घालवली होती. हे काम तिने इथल्या वास्तव्यात याआधी कधीच केलं नव्हतं. एक दिवस सकाळी-सकाळी रॅमो सांगत आला की, त्यानं नुकतंच कॅप्टन ऑर्लोव्हला पाहिलं होतं. मोठ्या निगुतीने तो दाढीचे वाढलेले खुंट कापून दाढी गुळगुळीत करत होता. पहिल्यांदा तो इकडे आला तेव्हा जशी दिसत होती तशीच ती आत्ताही दिसावी, यासाठी

त्याचा खटाटोप चालला असावा. भाल्यांना धार काढणाऱ्या अॅल्यूट्सनी त्यांचं काम थांबवलं होतं आणि आता पूर्ण वेळ ते संध्याकाळी आणलेल्या ऑटर्सना सोलत बसले होते.

गालाज-अॅटमधल्या आम्हा ग्रामस्थांना कॅप्टन ऑर्लोव्ह आणि त्याचे शिकारी बेट सोडून जायच्या तयारीत आहेत, याची कुणकुण लागली होती. त्यानं मारलेल्या ऑटर्सचा मोबदला तो आम्हाला देईल, का न सांगताच रात्रीत हातावर तुरी देऊन निसटून जाईल? का आमच्या माणसांना आपल्या हक्काच्या हिश्शासाठी त्यांच्याशी लढावं लागेल?

अॅल्यूट्स निघायच्या तयारीत गुंतलेले असताना प्रत्येक जण हाच प्रश्न दुसऱ्याला विचारत होता. माझे बाबा सोडून प्रत्येक जण! ते काहीच बोलत नव्हते. पण येणाऱ्या प्रत्येक रात्री, त्यांनी जो नवा भाला बनवायला घेतला होता, त्यावर त्यांचं काम चालू होतं.

चार

एका ढगाळ दिवशी ॲल्यूट्स निघून गेले. उत्तरेकडून उंचच उंच लाटा बेटावर येऊन थडकत होत्या, खडकांवर फुटत होत्या, आणि गर्जना करत गुहांमध्ये घुसत होत्या. पाण्याचे पांढरेशुभ्र तुषार हवेत उडत होते. रात्र होण्यापूर्वीच वादळ येईल अशी चिन्हं दिसत होती.

पहाट झाली आणि थोड्याच वेळात ॲल्यूट्यसनी आपल्या कातडी राहुट्या उतरवल्या आणि ते त्या किनाऱ्याकडे आणू लागले.

कॅप्टन ऑर्लोव्हने ऑटर्सच्या शिकारीचा मोबदला माझ्या बाबांना दिला नव्हता, एक छदामही नाही. त्यामुळे जेव्हा शिकारी आपल्या राहुट्या उतरवत आहेत, अशी बातमी आली, तेव्हा आमच्या जमातीतले सारे जण खेडं सोडून वेगाने कॉरल कोव्हकडे निघाले. सशस्त्र पुरुष पहिल्यांदा गेले आणि त्यांच्या मागोमाग बायका! पुरुषांनी किनाऱ्याकडे घेऊन जाणारी पायवाट पकडली, तर स्त्रिया मात्र कड्यावरील ब्रशच्या झुडपांत लपून बसल्या.

उलापी आणि मी एकत्र दूरवर असलेल्या कपारीकडे गेलो. शिकारी जेव्हा पहिल्यांदा इथे आले तेव्हा मी याच जागी लपून बसले होते.

ओहोटीची वेळ होती. खडकांवर आणि त्या उथळ, अरुंद किनाऱ्यावर इतस्तत: ऑटरच्या फरची गाठोडी विखरून पडली होती. निम्मे शिकारी जहाजावर गेले होते. उरलेले पाण्यातून वाट काढत फरची ती गाठोडी एका नावेवर भिरकावून देत होते. काम करत असताना ॲल्यूट लोकांचे आपापसात हास्यविनोद चालले होते. आता आपण घरी जाणार या कल्पनेने ते खूश असावेत.

माझे बाबा कॅप्टन ऑर्लोव्हशी बोलत होते. त्या शिकाऱ्यांच्या गोंगाटात मला त्यांचे नेमके शब्द ऐकू येत नव्हते, पण ज्या पद्धतीने माझे बाबा मान हालवत होते; त्यावरून मला समजलं की, ते तितकेसे खूश नाहीत.

"ते रागावले आहेत," उलापी माझ्या कानात कुजबुजली.

"तितकेसे नाहीत अजून," मी म्हटलं, "ते खरोखरच रागावले की, स्वतःचा कान ओढतात."

पडावावर काम करणाऱ्या माणसांनी आपलं काम थांबवलं आणि ते माझ्या बाबांकडे आणि कॅप्टनकडे आळीपाळीने बघू लागले. आमच्या जमातीतली बाकीची माणसं पायवाटेच्या पायथ्याशी येऊन उभी राहिली.

ऑटर्सनी भरलेल्या जहाजाकडे नाव गेली. ती जहाजाच्या जवळ पोहोचताक्षणी, कॅप्टन ऑर्लोव्हने हात उंचावून इशारा केला. नाव परत आली तेव्हा तिच्यात एक काळ्या रंगाचा पेटारा होता. दोन शिकाऱ्यांनी तो उचलून किनाऱ्यावर आणला.

कॅप्टन ऑर्लोव्हने त्याचं झाकण उचललं आणि त्यातून बरेचसे नेकलेस बाहेर काढले. आकाश अजून पुरतं उजळलं नव्हतं, तरी त्या मंद प्रकाशात त्या नेकलेसमधले मणी चमकत होते. कॅप्टन ते हातात घेऊन एकदा या बाजूला तर एकदा त्या बाजूला फिरवत होता. माझ्याशेजारी असलेल्या उलापीने उत्तेजित होऊन दीर्घ श्वास घेतला. ब्रशच्या झुडपांमध्ये लपून बसलेल्या आमच्या स्त्रियांच्या तोंडचे हर्षभरित चीत्कार मला ऐकू आले.

पण माझ्या बाबांनी नापसंतीदर्शक मान हलवली आणि त्या पेटाऱ्याकडे पाठ फिरवली. त्याबरोबर ते चीत्कार एकाएकी थांबले. ॲल्यूट्स गप्प झाले. आमच्या माणसांनी, जिथे पायवाट संपते तिथल्या आपल्या जागा सोडल्या आणि काही पावलं ते पुढे आले – सावधान होत, माझ्या बाबांवर लक्ष ठेवत!

"एका ऑटरच्या फरच्या बदल्यात एक मण्यांची माळ असा आपला सौदा ठरला नव्हता," माझे बाबा म्हणाले.

"एक मण्यांची माळ आणि एक भाल्याचं लोखंडी अग्र," दोन बोटं दाखवत कॅप्टनने उद्‌गार काढले. "पण या पेटाऱ्यात तितकं दिसत नाही," माझ्या बाबांनी आक्षेप नोंदवला.

"जहाजावर अजून बरेच पेटारे आहेत," रशियन म्हणाला.

"मग ते किनाऱ्यावर घेऊन या," माझ्या बाबांनी सुनावलं, "तुमच्या जहाजावर ऑटरच्या फरच्या १०५ गासड्या आहेत. इथे बंदरावर १५ गासड्या आहेत. तुम्हाला या आकाराचे अजून तीन पेटारे लागतील."

कॅप्टन ऑर्लोव्ह त्याच्या सहकाऱ्यांशी काहीतरी बोलला. मला ते काही समजलं नाही, पण त्याचा अर्थ लवकरच स्पष्ट झाला. बंदरात अजून बरेच शिकारी होते आणि त्याचं बोलणं संपताक्षणीच ते ऑटरच्या फरने भरलेल्या गासड्या नावेकडे नेऊ लागले. माझ्याजवळ उभ्या असलेल्या उलापीने श्वास रोखून धरला होता. "तुला वाटतं तो आपल्याला दुसरे पेटारे देईल असं?" ती कुजबुजली.

"माझा नाही त्याच्यावर विश्वास."

"ती गासडी जहाजावर नेली की तो सटकेलही."

"शक्य आहे."

नावेपर्यंत पोहोचण्याच्या आधी त्या शिकाऱ्यांना माझ्या बाबांना ओलांडून जावं लागणार होतं. त्यातला पहिला शिकारी जेव्हा त्यांच्याजवळ आला, तेव्हा माझ्या बाबांनी त्याची वाट अडवली.

"बाकीच्या गासड्या इथेच राहिल्या पाहिजेत," कॅप्टन ऑर्लोव्हला सामोरं जात बाबांनी फर्मावलं, "तुम्ही बाकीचे पेटारे आणत नाही तोपर्यंत त्या इथेच राहातील."

रशियन ताठ झाला आणि त्यानं बेटावर चाल करून येणाऱ्या ढगांकडे बोट दाखवलं.

"वादळ यायच्या अगोदर मला जहाजावर माल भरायला हवा," तो म्हणाला.

"आम्हाला आधी बाकीचे पेटारे द्या. नंतर मी तुम्हाला आमच्या नावांमधून माल न्यायला मदत करेन," माझ्या बाबांनी उत्तर दिलं.

कॅप्टन ऑर्लोव्ह काहीच बोलला नाही. संथपणे त्यानं आपली नजर बंदरावरून फिरवली. दहा-बारा पावलांवर एक खडकांची कपार होती. तिच्यावर उभ्या असणाऱ्या आमच्या माणसांकडे त्यानं बघितलं. वरती कड्याकडे बघितलं आणि पुन्हा माझ्या बाबांकडे! नंतर तो त्याच्या माणसांशी बोलला.

पहिल्यांदा काय घडलं मला माहीत नाही. ज्याची वाट अडवून ते

उभे होते, त्या शिकाऱ्यावर माझ्या बाबांनी आधी हात उचलला की, आपल्या पाठीवर फरची गाठोडी वाहून नेणाऱ्या त्या माणसाने पुढे होऊन माझ्या बाबांना ढकललं, ते कळलंच नाही. पण हे सगळं इतक्या झटपट घडलं की, मला त्या क्रमाने सांगताही येणार नाही. पण मी जेव्हा उडी मारून उभी राहिले तेव्हा उलापी किंचाळली आणि कड्यावर इतर किंचाळण्याचे आवाज घुमले. मी एक मानवाकृती खडकावर पडलेली पाहिली. ते माझे बाबा होते आणि त्यांच्या तोंडावर रक्त होतं. हळूहळू ते पायांवर उभे राहिले.

कपारीवरून उड्या टाकत, भाले परजून आमची सेना चालून गेली, त्या ॲल्यूट लोकांवर! जहाजाच्या डेकवरून एक पांढऱ्या धुराचा पट्टा उठला. कड्यावर आपटून कसल्या तरी मोठ्या आवाजाचा प्रतिध्वनी उमटला. आमच्यातले पाच लढवय्ये धारातीर्थी पडले.

उलापी पुन्हा किंचाळली आणि तिने बंदराच्या दिशेने एक दगड भिरकावला. कॅप्टन ऑर्लोव्हला काही इजा न करता, तो त्याच्या बाजूला जाऊन पडला. कड्यावरून बंदरात जागोजागी दगडांचा वर्षाव होऊ लागला. ते दगड बऱ्याचशा शिकाऱ्यांचा वेध घेऊ लागले. नंतर आमचे लढवय्ये त्यांच्यावर तुटून पडले आणि आता आमचे सैनिक कोणते आणि ॲल्यूट्स कोणते, हे ओळखणं कठीण होऊन बसलं.

उलापी आणि मी हताशपणे कड्यावर उभ्या राहून ते दृश्य पाहात होतो. आमच्या हातात दगड होते पण ते फेकून मारायची भीती वाटत होती. न जाणो, आपलीच माणसं त्यात जखमी झाली तर?....

ॲल्यूट लोकांनी ऑटरची गाठोडी खाली टाकून दिली. त्यांनी कमरेच्या पट्ट्यातून चाकू काढले आणि आमचे योद्धे जसे त्यांना भिडले जणू किनाऱ्यावरच्या त्या दोन रेघा लाटांप्रमाणे वेगाने मागे-पुढे होऊ लागल्या. वाळूवर माणसं कोसळत होती, पुन्हा झुंजायला उठत होती. काही जण पडले ते कायमचेच. ते उठलेच नाहीत. माझे बाबाही!

बराच वेळ ही धुमश्चक्री चालू होती. असं वाटत होतं की, आमचं पारडं जड होत आहे. पण कॅप्टन ऑर्लोव्ह चकमक सुरू होताच होडी वल्हवत जहाजाकडं गेला आणि येताना त्याचे आणखी सहकारी घेऊन आला.

आमच्या योद्ध्यांना मागे कड्यांपर्यंत हटवण्यात त्यांना यश मिळालं.

आता सेनेतले थोडेच सैनिक जिवंत राहिले होते. तरीसुद्धा पायवाटेच्या तळाशी येईपर्यंत ते झुंजत राहिले. त्यांनी माघार घेतली नाही.

एव्हाना वारा वाहू लागला होता. अचानक कॅप्टन ऑर्लोव्ह आणि त्याचे अ‍ॅल्यूट सहकारी वळले आणि नावेकडे धावले. आमच्या माणसांनी त्यांचा पाठलाग केला नाही. शिकारी जहाजापर्यंत पोहोचले, तांबडी शिडं उभारली गेली आणि जहाज संथगतीने बंदराचं रक्षण करणाऱ्या दोन खडकांमधून पुढे निघालं.

ते जहाज अदृश्य होण्यापूर्वी पुन्हा एकदा त्याच्या डेकवरून एक पांढऱ्या धुराचा पट्टा उठला. उलापी आणि मी कड्यावरून धावत असताना कसलासा आवाज आला. एखादा महाकाय पक्षी डोक्यावरून उडत असताना त्याच्या पंखांचा फडफडाट व्हावा, तसा तो गुरगुराट आमच्या डोक्यावरून पुढे गेला.

आम्ही पळत असताना वादळाने आम्हाला गाठलंच. आमच्या चेहऱ्यावर पावसाचे फटकारे बसू लागले. नंतर इतर स्त्रिया आमच्या बाजूने पळू लागल्या. त्यांचा विलाप वाऱ्याच्या आवाजापेक्षा मोठा होता. पायवाटेच्या तळाशी आमचे योद्धे पडलेले दिसले. कित्येक जण किनाऱ्यावर झुंजले होते. फारच थोड्यांनी किनारा सोडला होता आणि यातले सारे जण जखमी झाले होते.

माझे बाबा किनाऱ्यावर पडले होते. एव्हाना लाटा त्यांच्या निष्प्राण देहाला स्नान घालत होत्या. त्यांच्या कलेवराकडे बघताना मला प्रकर्षाने जाणवलं. बाबांनी आपलं खरं नाव कॅप्टन ऑर्लोव्हला सांगायला नको होतं. जमातीतील रडणाऱ्या स्त्रिया आणि दुःखी-कष्टी, उदास पुरुषांचंही यावर एकमत झालं. साऱ्यांचंच म्हणणं पडलं की, बाबांनी खरं नाव त्या परकीयाला सांगितल्यामुळे ते इतके अशक्त आणि दुर्बल झाले होते की, अ‍ॅल्यूट आणि त्या लबाड रशियनाशी दिलेल्या झुंजीत ते तग धरू शकले नाहीत. त्यांचा नाहक बळी गेला होता.

पाच

ती रात्र गालाज-ॲटच्या स्मृतीतील सर्वांत वादळी रात्र होती, सर्वार्थाने. जेव्हा तो दुर्दैवी दिवस उजाडला तेव्हा आमच्या जमातीत ४२ पुरुष होते, म्हातारेकोतारे; ज्यांच्या अंगी लढायचं बळ नव्हतं असे धरून. रात्र आली, कॉरल कोव्हच्या किनाऱ्यावर धारातीर्थी पडलेल्या वीरांचे मृतदेह जेव्हा स्त्रिया आमच्या खेड्यात घेऊन आल्या, तेव्हा राहिले होते, फक्त १५. या १५ जणांपैकी ७ वृद्ध होते.

खेड्यातल्या प्रत्येक स्त्रीने, कुणी ना कुणी जीवाभावाचं माणूस गमावलं होतं; कुणी आपले वडील, कुणी नवरा, कुणी आपला भाऊ तर कुणी मुलगा.

ते वादळ दोन दिवस बेटाला झोडपून काढत राहिलं आणि तिसऱ्या दिवशी आम्ही दक्षिणेकडील भूशिरावर आमच्या मृत नातेवाइकांचं दफन केलं. किनाऱ्यावरती धारातीर्थी पडलेल्या ॲल्यूट लोकांचंही आम्ही दहन केलं.

त्यानंतर कित्येक दिवस आमच्या खेड्यात स्मशान शांतता पसरली होती. माणसं फक्त अन्न गोळा करायला, शिकारीला बाहेर पडायची आणि परत यायची. मूकपणे अन्न पोटात ढकलायची. काही जणांना वाटू लागलं होतं, हे खेडं सोडून आपापल्या मचव्यातून सांता कॅटलिना नावाच्या बेटावर निघून जावं. हे बेट अतिदूर पूर्वेला आहे. पण बाकीचे म्हणायला लागले की, त्या बेटावर पाण्याचं दुर्भिक्ष आहे. शेवटी एक सल्लागार समिती नेमली गेली आणि इथे गालाज-ॲट बेटावरच राहण्याचा निर्णय घेण्यात आला.

या समितीने माझ्या बाबांच्या रिक्त झालेल्या जागी एक नवा प्रमुख निवडला. त्याचं नाव होतं, किमकी. तो फार वृद्ध होता, पण त्याच्या तारुण्यात तो एक भला माणूस म्हणून ओळखला जायचा आणि महत्त्वाचं म्हणजे तो एक चांगला शिकारी होता. ज्या रात्री त्याची प्रमुख म्हणून नियुक्ती झाली, त्याच रात्री त्यानं ग्रामसभा बोलावली. आणि तो बोलू लागला –

"फासेपारधी, खोल पाण्यात मासेमारी करणारे आणि नौकाबांधणी करणारे कुशल हात आता आपल्यात नाहीत. ती माणसं कायमची निघून गेली आहेत. आजपर्यंत स्त्रियांवर घरी राहून स्वयंपाक करणं, शिवण-टिपण करणं याव्यतिरिक्त काही जबाबदाऱ्या नव्हत्या; पण आता स्त्रियांनी पुरुषांची जागा घ्यायला हवी. आपल्या खेड्यावर बाहेरून जी संकटं घोंघावत आहेत, त्यांचा सामना करण्यास त्यांनी शिकलं पाहिजे. शक्य आहे की त्यामुळे आपल्या खेड्यात कुरबुरी होतील, काही जण कामचुकारपणाही करू पाहातील, पण त्या साऱ्यांना शिक्षा केली जाईल. कारण प्रत्येकाने आपापला खारीचा वाटा उचलला नाहीतर आपण सगळेच नष्ट होऊन जाऊ."

प्रत्येक ग्रामस्थाला किमकीने काम वाटून दिलं. उलापी आणि माझ्याकडे ॲबेलॉन्स गोळा करायचं काम आलं. किनाऱ्यावरील खडकांवर या शेलफिशची पैदास व्हायची, अगदी विपुल संख्येने! ओहोटीच्या वेळी आम्ही हे शेलफिश टोपल्यांमध्ये गोळा करत असू आणि पठारावर नेत असू. तिथे आम्ही त्यांची कवचं कापून त्यांचं लालभडक मांस अलग करत असू आणि सपाट दगडांवर ठेवून उन्हात वाळवत असू.

या ॲबेलॉन्सना सी-गल्स आणि विशेषत: रानटी कुत्र्यांपासून जपण्याचं, त्यांची राखण करण्याचं काम रॅमोकडे आलं. आमच्या खेड्यातील डझनवारी कुत्रे त्यांचे मालक शहीद झाल्यावर खेडं सोडून गेले होते आणि बेटावर फिरून धुमाकूळ घालणाऱ्या रानटी कळपाला जाऊन मिळाले होते.

तेही अल्पावधीत रानटी कुत्र्यांइतकेच भीतिदायक बनले होते. ते दररोज संध्याकाळी खेड्यात यायचे ते फक्त अन्न चोरायला.

दिवस मावळू लागला की, उलापी आणि मी रॅमोला ॲबेलॉन्स टोपल्यांमध्ये ठेवायला आणि त्या टोपल्या खेड्यात घेऊन यायला मदत करत असू, जेणेकरून त्या तिथे सुरक्षित राहातील!

या दरम्यान अन्य स्त्रिया 'ट्युना' या नावाने ओळखली जाणारी आणि कॅक्टस (निवडुंगाच्या) झुडपांवर वाढणारी 'स्कार्लेट ॲपल्स' गोळा करत असत. मासे पकडण्याचं काम चालत असे आणि जाळ्यात बरेच पक्षी पकडले जात. स्त्रिया इतके कष्ट करत होत्या, पण तरीही पूर्वी जेव्हा शिकारीचं काम पुरुषांकडे असायचं तेव्हापेक्षा आत्ता आमचं खूप छान चाललं होतं.

खरं तर आमच्या खेड्यातलं जीवन आता शांततामय असायला हवं होतं, पण तसं ते नव्हतं. पुरुष म्हणायचे की, स्त्रियांनी पुरुषांची मक्तेदारी असलेली कामं आपल्याकडे घेतली. आता त्या शिकार करू लागल्यापासून पुरुष त्यांच्याकडे तुच्छतेने बघू लागले होते. यावरून इतका बखेडा माजला की, अखेरीस किमकीने फर्मान काढलं, कामांची यापुढे पुनर्विभागणी होईल. यापुढे पुरुष शिकारीवर जातील आणि स्त्रिया पिकाची कापणी करतील. हिवाळ्यामध्ये सहज पुरेल इतका अन्नधान्याचा साठा अगोदरच केला असल्यामुळे शिकारीवर कोण जातं आहे, या गोष्टीने फारसा फरक पडणार नव्हता.

पण शरद ऋतू आणि थंडीच्या त्या मोसमात गालाज-ॲटवर जे अस्वस्थतेचं, अशांततेचं सावट पसरलं होतं, त्याचं हे काही खरं कारण नव्हतं. कॉरल कोव्हला मारले गेलेले आमचे नातलग अजून आमच्यांमध्येच होते. आम्ही कुठेही गेलो तरी अगदी बेटावर, समुद्रावर, मासेमारी करत असताना, खातापिताना, रात्री शेकोटीपाशी बसल्यावर, प्रत्येक ठिकाणी ते आत्मे आमच्याबरोबर असायचे. आम्हाला सगळ्यांनाच कुणाची ना कुणाची आठवण यायची. मला माझ्या बाबांची आठवण यायची. इतके उंच, धिप्पाड आणि दयाळू होते ते! काही वर्षांपूर्वी माझी आई देवाघरी गेली होती आणि तेव्हापासून उलापी आणि मी, ती करत असलेली सर्व कामं करण्याचा प्रयत्न करायचो. उलापी माझ्यापेक्षा मोठी असल्यानं ती माझ्याहून जास्त कामं करत असे. आता तर माझे बाबाही नव्हते, तेव्हा रॅमोचा सांभाळ करणं सोपं काम नव्हतं. त्याच्या सतत काही ना काही खोड्या चाललेल्या असत.

गालाज-ॲटमधल्या प्रत्येक घरामध्ये थोड्याफार फरकाने हीच कहाणी होती. पण आमच्या कोवळ्या खांद्यांवर येऊन पडलेल्या जबाबदाऱ्यांपेक्षाही अधिक ओझं होतं, आमच्यातून निघून गेलेल्या

आमच्या प्रिय माणसांच्या आठवणींचं!

शरद ऋतूमध्ये अन्नधान्याची बेगमी झाली, घराघरांतल्या कणग्या शिगोशीग भरल्या. त्यामुळे आता आपल्या प्रियजनांच्या आठवणी काढायला आमच्याकडे रिकामा वेळच वेळ होता. आमच्या खेड्यावर एक प्रकारची मरगळ आली होती. माणसं नुसती बसून राहायची; ना बोलायची, ना हसायची.

वसंत ऋतूमध्ये किमकीने पुन्हा एकदा ग्रामसभा बोलावली. तो म्हणाला की, हिवाळ्यामध्ये त्याचा विचार चालला होता आणि आता त्यानं एक निर्णय घेतला होता; एक मचवा घेऊन पूर्वेला असलेल्या एका देशात जावं. त्याच्या लहानपणी एकदा तो तिथे गेला होता. समुद्र ओलांडून तिथे जायला कितीतरी दिवस लागत; पण तरीही तो तिथे जाणार होता. कारण त्या जलप्रवासात आधीच संख्येने कमी असलेल्या आमच्या पुरुषवर्गापैकी आणखी कुणालाच नेऊन चालण्यासारखं नव्हतं; पण तो परत येणार होता.

किमकीने ज्या दिवशी आमचा निरोप घेतला तो दिवस स्वच्छ, निरभ्र होता. आम्ही सारे जण कोव्हकडे गेलो आणि तो मोठा पडाव समुद्रात लोटताना त्याला पाहिलं. पडावावर दोन टोपल्या भरून पाणी होतं आणि बरेच दिवस पुरतील इतके ट्युना आणि तितकंच ॲबेलॉन्सचं सुकट.

खडकांमधल्या अरुंद मुखाजवळच्या उथळ पाण्यातून किमकी पडाव वल्हवत जाताना आम्ही त्याला नजरेत साठवत होतो. संथपणे तो केल्पच्या गालिच्यावरून समुद्रात शिरला. तिथे गेल्यावर त्यानं आम्हाला हात केला आणि आम्हीही त्याला... उगवत्या सूर्याच्या किरणांनी पाण्यावर रुपेरी पट्टा उमटवला होता. या पट्ट्यावरून जाता-जाता तो पूर्वेकडे अदृश्य झाला.

उरलेला सारा दिवस आम्ही त्या प्रवासाबद्दल बोलत राहिलो. ज्या देशाची काही माहिती नाही, अशा त्या दूरच्या देशात किमकी कधीतरी पोहोचेल का? हिवाळा संपण्यापूर्वी तो परत येईल का? का कधीच परत येणार नाही तो?

त्या रात्री आम्ही शेकोटीभोवती बसून गप्पा मारत होतो. वारा सुटला होता आणि लाटा किनाऱ्यावर येऊन फुटत होत्या.

सहा

किमकी जाऊन जेमतेम एक रात्र उलटली होती. पण आम्ही अधीरतेने त्याची वाट पाहू लागलो. दररोज कुणी ना कुणी कड्यावर जायचं, समुद्रावरून कुणी येताना दिसत आहे का ते न्याहाळायचं. अगदी वादळं व्हायची त्या दिवशीसुद्धा हा नित्यक्रम चुकला नाही. अगदी धुक्याचे ढग जेव्हा आमच्या बेटाला लपेटून टाकायचे, त्या दिवशीसुद्धा नाही. दिवसा कड्यावर कुणीतरी टेहळ्या असायचाच आणि दररोज रात्री शेकोटीभोवती कोंडाळं करून बसल्यावर आमच्या चर्चा चालत. उद्या सूर्योदयाला तो घरी येईल का?

पण वसंत ऋतू आला आणि गेला. समुद्र रिताच राहिला. किमकी काही परत आला नाही!

त्या हिवाळ्यामध्ये फारशी वादळं उठली नाहीत. पावसाच्या हलक्याच सरी पडल्या आणि लवकरच पावसाळाही संपला. याचा अर्थ आम्हाला यापुढे पाणी जपून वापरावं लागणार होतं. पूर्वी झरे कधीकधी आटून जायचे; पण कुणाला चिंता नसायची. पण आता चित्र बदललं होतं. प्रत्येक गोष्टीचा आम्ही जणू धसकाच घेतला होता. बऱ्याच जणांना भीती वाटू लागली, आपण तहानेने तडफडून मरू की काय?

''काळजी करण्यासारख्या याहून जास्त महत्त्वाच्या आणखीही गोष्टी आहेत,'' मातासिपने त्या लोकांना झापलं. किमकीच्या जागी तो प्रमुख म्हणून आला होता.

मातासिपच्या बोलण्याचा रोख ॲल्यूट लोकांकडे होता. कारण या आधी ते याच मोसमात आले होते. कड्यावर उभे राहून टेहळणी

करणारे टेहळे तांबड्या रंगाची शिडे कुठे दिसतात का ते पाहू लागले आणि ॲल्यूट्स जर आले, तर काय करायचं याची रूपरेषा आखण्यासाठी एक सभा बोलावण्यात आली. ॲल्यूट्सना आमच्या बेटावर उतरण्यापासून रोखणारी किंवा समजा त्यांनी आमच्यावर हल्ला केला तर आमचे जीव वाचवणारी माणसंच आमच्यामध्ये राहिली नव्हती. आम्हाला पक्की खातरी होती की, ॲल्यूट्स आमच्यावर हल्ला करणारच. त्यामुळे तर त्यांचे जहाज दृष्टीस पडताक्षणी पलायन करण्याचे बेत आखले गेले होते.

पडावांमध्ये अन्नपाण्याचा साठा ठेवला गेला आणि हे पडाव बेटाच्या दक्षिणेकडील टोकाला असलेल्या खडकांमध्ये लपवण्यात आले. इथले कडे खूप उंच आणि उभ्या चढणीचे होते. पण बुल केल्प* या सागरी वनस्पतीपासून एक चिवट, मजबूत दोर आम्ही वळला आणि तो कड्यांच्यावरती असलेल्या खडकांवर टाकून घट्ट बांधून टाकला. त्यामुळे तो पाण्यावर तरंगत राहिला. ॲल्यूट्स लोकांचं जहाज दिसलं रे दिसलं की, आम्ही सगळे जण त्या कड्यावर जाणार होतो आणि तिथून एकेक करून खाली उतरणार होतो. नंतर आम्ही आमच्या पडावांत बसून सांता कॅटलिना बेटाकडे प्रयाण करणार होतो.

कॉरल कोव्हचं मुख इतकं अरुंद होतं की, एखादं जहाज रात्रीच्या वेळी तिथून सुरक्षितपणे निघून जाणं अशक्यच. तरी पण संध्याकाळपासून पहाटेपर्यंत आमच्यातले काही पुरुष तिथे टेहळणी करायला पाठवण्यात आले. शिवाय, दिवसा टेहळणी करणारे होतेच.

त्यानंतर काही दिवसांनी एका रात्री आकाशात प्रतिपदेची चंद्रकोर उगवली होती. त्या रात्री टेहळ्यांमधला एक जण धावत खेड्यात आला. सगळे जण गाढ झोपेत होते. पण त्याच्या आरड्याओरड्याने आम्हाला सगळ्यांना हडबडून जाग आली.

"ॲल्यूट्स!" तो किंचाळला, "ॲल्यूट्स आले आहेत."

ही खबर आम्हाला अपेक्षितच होती. आमची तशी तयारीही झाली

---

* बुल केल्प : सागरी वादळात ही वनस्पती खडकांवरून थेट किनाऱ्यावर भिरकावली जाते. हिच्या मुळांची पकड इतकी घट्ट असते की, ग्रॅनाइटचा तुकडा पडून त्या मुळाला चिकटून राहातो. पिवळट तपकिरी रंगाची वनस्पती.

होती. तरीसुद्धा उभ्या पाड्यात त्या खबरीने खळबळ माजली. भीतीची लाट पसरली. मातासिप प्रत्येक झोपडीत सगळ्यांना सांगत फिरू लागला, "शांत व्हा! घाबरून जाऊ नका आणि फक्त गरजेच्या गोष्टी बांधून घ्या. अनावश्यक वस्तू घेण्यात वेळ दवडू नका." तरीपण मी माझा युका*च्या धाग्यांनी शिवलेला स्कर्ट बरोबर घेतलाच. कारण तो बनवायला मला खूप दिवस लागले होते आणि तो अतिशय सुंदर होता. तशीच माझी ऑटरपासून बनवलेली केप*ही घेतली.

न बोलता आम्ही खेड्याबाहेर आलो आणि एका ओळीत उभे राहिलो... जिथे आमचे पडाव लपवले होते, तिथे घेऊन येणाऱ्या पायवाटेवर! चंद्रकोर फिकट झाली होती, पूर्वेकडे मंद प्रकाश होता. पण आता जोरदार वारा सुटला होता.

आम्ही जेमतेम दीड-एक मैल गेलो असू; इतक्यात त्यानं आम्हाला ॲल्यूट्स आल्याचा इशारा दिला होता, त्यानं आम्हाला गाठलं. तो मातासिपशी बोलत होता; आम्ही सारे जण तो काय सांगतो आहे, ते ऐकायला त्याच्याभोवती गोळा झालो.

"तुम्हाला इशारा दिल्यानंतर मी परत 'कोव्ह'कडे गेलो," तो म्हणाला, "तिथे पोहोचलो तेव्हा मला ते जहाज स्पष्ट दिसू लागलं. बंदराचं रक्षण करणाऱ्या खडकांच्या पलीकडे ते थांबलं आहे. ॲल्यूट लोकांच्या मालकीचं जे जहाज होतं त्याच्यापेक्षा हे जहाज लहान आहे आणि त्याची शिडंही तांबड्या रंगाची नसून पांढरी आहेत."

"तुला कुणी दिसलं का?" मातासिपचा प्रश्न.

"नाही."

"इथे मागच्या वसंत ऋतूत आलेलं तेच जहाज तर नाही ना?"

"नाही."

यावर मातासिप काही बोलला नाही. ती खबर ऐकून तो विचारात पडला होता. नंतर त्यानं आम्हाला जिथे पडाव ठेवले होते, तिथे जाण्याचा आदेश दिला आणि 'माझ्यासाठी थांबा' असंही सांगितलं. कारण तो परत चालला होता. आता उजाडलं होतं. पूर्व दिशा उजळली

---

* युका : घंटीच्या आकाराची सुंदर पांढरी फुलं आणि टोकदार पानं असणारं झाड.
* केप : खांद्यावर घ्यायची झूल.

होती. सँड-ड्यून्स ओलांडून झपझप आम्ही कड्याच्या टोकावर पोहोचलो आणि तिथेच उभे राहिलो. इकडे सूर्योदय होत होता.

वारे एव्हाना थंड, बोचरे झाले होते. पण जहाजावरची माणसं तो धूर बघतील या भीतीने आम्ही शेकोटी पेटवली नव्हती. पण खरं तर आम्हाला न्याहारीसाठी रांधायचं होतं. त्याऐवजी आम्ही थोडे सुके ॲबेलॉन्स खाल्ले. नंतर माझा भाऊ रॅमो कड्यावर चढला. इकडच्या या खडकांवर पडाव लपवल्यापासून कुणीच फिरकलं नव्हतं. त्यामुळे ते तिथे अजून सुरक्षित आहेत किंवा नाही, हेही आम्हाला ठाऊक नव्हतं.

रॅमो गेला असताना सँड-ड्यून्सवरून धावत येणारा एक माणूस आमच्या नजरेस पडला. तो नॅनको होता आणि मातासिपकडून एक संदेश घेऊन आला होता. इतका गारठा असूनही तो घामाने निथळत होता आणि त्याचा श्वास फुलला होता. तो थोडा वेळ धापा टाकत उभा राहिला. आम्ही सारे तो कधी बोलतो याची वाट पाहात होतो. त्यानं तोंड उघडावं म्हणून विनवण्या करत होतो. परंतु त्याच्या चर्येवर आनंद झळकत होता. तेव्हाच आम्हाला कळून चुकलं की, त्यानं एक खूशखबर आणली आहे.

"बोल ना," सर्व जण कोरसमध्ये ओरडले.

"तीन मैलांहून जास्त अंतर मी धावत आलो आहे," तो म्हणाला, "मला बोलता येत नाहीये."

"तू तर बोलतो आहेस," कुणीतरी म्हणालं.

"बोल, नॅनको बोल," गर्दीतून बरेच जण ओरडले.

नॅनको आमची मजा पाहात होता. शेवटी त्यानं छाती फुलवली आणि एक दीर्घ श्वास घेतला. त्याच्याभोवती कडं करून राहिलेल्या सगळ्या चेहऱ्यांकडे त्यानं नजर टाकली. जसं काही आम्ही सारे त्याच्याकडे टक लावून का बघत आहोत, हे त्याला समजत नव्हतं.

"ते जहाज," एकदाचे शब्द बाहेर पडले, "आपल्या शत्रूंच्या मालकीचं, ॲल्यूट्स लोकांचं नाही," संथपणे एकेक शब्द उच्चारत होता तो. "या जहाजावर गोरे लोक आहेत आणि किमकी आपलं बेट सोडून ज्या जागेच्या शोधार्थ गेला त्या ठिकाणाहून ते आले आहेत."

"किमकी परत आला आहे का?" एका वृद्धाने मध्येच तोंड घातलं.

"नाही, पण त्याला ही गोरी माणसं भेटली आणि त्यानंच त्यांना इकडे पाठवलं."

"कशी दिसतात ही गोरी माणसं?" उलापीचा प्रश्न.

"जहाजावर मुलगे आहेत का?" रॅमोने विचारलं. तोंडात कसला तरी बकाणा भरून तो परतला होता.

सारे जण एकाच वेळी बोलू लागले.

नॅनकोने त्याची मुद्रा उग्र केली. हे खरं तर त्याला जमणं कठीणच होतं, कारण त्याचं तोंड ॲल्यूट्सच्या लढाईत फाटलं होतं आणि तेव्हापासून तो सदैव हसतो आहे असंच वाटायचं. "शांत व्हा!" म्हणत त्यानं हात वर केला.

"हे जहाज इथे आलं आहे त्याचं एक कारण आहे," तो म्हणाला, "गालाज-ॲट खेड्यापासून आपल्याला दूरदूर घेऊन जायला आलं आहे ते."

"पण ते कुठे घेऊन जाणार आपल्याला?" मी विचारलं.

ते जहाज ॲल्यूट्सचं नव्हतं ही चांगली बातमी होती खरी, पण ही गोरी माणसं आम्हाला कुठे घेऊन जाणार होती?

"मला नाही माहीत ते," तो सांगू लागला, "किमकीला माहिती आहे ते आणि त्यानं त्या माणसांना गळ घातली आहे आपल्याला तिथे घेऊन जावं म्हणून."

इतकंच बोलून नॅनकोने पाठ फिरवली आणि आम्ही त्याच्या मागे जाऊ लागलो. आपण नेमके कुठे निघालो आहोत ही भीती मनात होतीच, अज्ञाताची भीती! पण दुसरीकडे आम्हाला आनंदही झाला होता.

सात

आपल्याला पळ काढावा लागेल, अशी धारणा झाल्यानं आम्ही आपल्याबरोबर काही घेतलं नव्हतं. पण आता आमचं सामान टोपल्यांतून भरताना आम्ही भलतेच उत्तेजित झालो होतो. नॅनको सर्वांच्या घराबाहेर येरझारा घालत होता. आम्हाला घाई करत होता.

"वाऱ्याचा जोर वाढला आहे," तो ओरडला, "घाई करा, नाहीतर जहाज तुम्हाला सोडून निघून जाईल."

मला ज्या वस्तू बरोबर घ्याव्याशा वाटत होत्या, त्या वस्तू मी टोपल्यांमध्ये भरून घेतल्या. व्हेल माशाच्या हाडांनी बनवलेल्या तीक्ष्ण सुया, चामड्याला भोकं पाडण्यासाठी वापरतात ती आरी, कातडी खरवडून काढण्यासाठी एक चांगली दगडी सुरी, अन्न शिजवायला दोन भांडी आणि एका शिंपल्यापासून बनवलेली एक छोटीशी पेटी ज्यामध्ये मी माझ्या पुष्कळ इयर-रिंग्ज ठेवल्या होत्या.

उलापीजवळ इयर-रिंग्जच्या अशा दोन पेट्या होत्या, कारण तिला आपण सुंदर आहोत, याचा माझ्यापेक्षा जास्त गर्व होता. त्या पेट्या आपल्या टोपल्यांमध्ये ठेवल्यावर तिने निळ्या रंगाच्या चिकणमातीने आपल्या नाकावर आणि गालांवर एक फिकट आणि लहानशी खूण काढली. या खुणेचा अर्थ असा की, ती अजून अविवाहित होती.

"जहाज निघालं!" नॅनको ओरडला.

"निघालं तर निघू दे," उलापीने ओरडूनच प्रत्युत्तर दिलं, "वादळ थांबल्यावर ते पुन्हा येईल."

माझ्या बहिणीचं नॅनकोवर प्रेम होतं; पण तरीदेखील ती त्याची चेष्टामस्करी करायची.

"या बेटावर दुसरे पुरुष येतील," ती त्याला ऐकू जाईल, अशा आवाजात म्हणाली, "आत्ता जे सोडून चाललेत त्यांच्यापेक्षा ते कितीतरी अधिक देखणे आणि शूर असतील."

"तुम्ही सगळ्या इतक्या कुरूप आहात की, तुम्हाला पाहून ते घाबरतील आणि काढता पाय घेतील."

आम्ही खेडं सोडून निघालो तेव्हा वादळी वारे सुटले होते. वाऱ्याच्या त्या जोरदार झोतांनी उडणारी वाळू आमच्या चेहऱ्यांना डंख मारत होती, टोचत होती. रॅमो आमच्या कितीतरी पुढे होता. आमच्या टोपल्यांमधली एक टोपली उचलून टुणटुण उड्या मारत चालला होता. पण काहीच क्षणांनी तो पळत मागे आला. हे सांगण्यासाठी की आपला मासे पकडायचा भाला तो मागेच विसरून आला होता. नॅनको कड्यावर उभा राहून आम्हाला 'घाई करा' अशा खुणा करत होता. म्हणून मी रॅमोला तो भाला आणण्यासाठी परत जाऊ दिलं नाही.

कॉरल कोव्हच्या बाहेर समुद्रात जहाजाने नांगर टाकला होता आणि उंच उसळणाऱ्या लाटांमुळे ते याहून जवळ येऊ शकत नाही, अशी नॅनकोने माहिती दिली. लाटा खडकांवर आदळताना ढगांच्या गडगडाटासरखा आवाज येत होता. माझी नजर पोहोचेल तिथपर्यंत सगळा किनारा फेसाने भरून गेला होता.

किनाऱ्यावर दोन होड्या ओढून आणल्या होत्या. त्या होड्यांपाशी चार गोरी माणसं उभी होती आणि आम्ही पायवाटेवरून पुढे येऊ लागलो, तशी त्यातल्या एकाने आम्हाला 'भरभर चाला' अशी खूण केली. तो कुठल्यातरी अगम्य भाषेत आमच्याशी बोलला.

नॅनको आणि मातासिप सोडून आमच्या जमातीचे अन्य सगळे पुरुष अगोदरच जहाजावर जाऊन पोहोचले होते. नॅनकोने रॅमोसुद्धा तिथे जहाजावर आहे, असं मला सांगितलं. मी त्याला भाला आणण्यासाठी पुन्हा खेड्यात जाऊ नकोस, असं बजावल्यामुळे तो पुढे पळाला होता. नॅनकोने सांगितलं की, कोव्हवरून सुटलेल्या पहिल्या होडीत त्यानं उडी मारली होती.

मातासिपने आम्हा स्त्रियांचे दोन गट केले. नंतर होड्या पाण्यात

ढकलल्या गेल्या. त्या हेलकावत होत्या, डचमळत होत्या. आम्ही कशाबशा त्या होड्यांवर चढलो... जमेल तशा.

कोव्ह वाऱ्यापासून अंशत: सुरक्षित होतं. परंतु खडकांना वळसा घालून जसे आम्ही समुद्रात शिरू लागलो, तशा महाकाय लाटा आमच्यावर चाल करून येऊ लागल्या. एकच गोंधळ माजला. अंगावर तुषार उडत होते. गोरी माणसं एकमेकांवर खेकसत होती. होडी इतकी जोराने वर-खाली होत होती की, एका क्षणात आम्ही पाण्याच्या तळाला जायचो, तर दुसऱ्या क्षणी आमच्या दृष्टीस ते नांगरलेलं जहाज पडायचं. अखेर कसेबसे आम्ही त्या जहाजापर्यंत येऊन पोहोचलो आणि जेमतेम त्याच्या डेकवर चढू शकलो.

जहाज चांगलंच मोठं होतं. आमच्या जवळच्या सर्वांत मोठ्या पडावांच्या तुलनेने कितीतरी प्रशस्त आणि अवाढव्य! त्यावर उंचच उंच दोन डोलकाठ्या होत्या. त्या दोन डोलकाठ्यांच्यामध्ये निळे डोळे आणि काळी दाढी असलेला एक तरुण मनुष्य उभा होता. त्या गोऱ्या लोकांचा तो कॅप्टन होता. कारण त्यानं ओरडून आदेश द्यायला सुरुवात केली आणि तितक्याच तत्परतेने त्यांचे पालन होऊ लागले. त्या उंच डोलकाठ्यांवर शिडं उभारली गेली आणि दोघं जण नांगराचा दोर ओढू लागले.

मी माझ्या भावाला हाका मारल्या. मला ठाऊक होतं की, त्याला जहाजाबद्दल फार जिज्ञासा असायची; त्यामुळे त्या काम करणाऱ्या खलाशांच्या मधे-मधे येऊन त्यानं लुडबुड केली असती. पण माझा आवाज वाऱ्यावर विरून गेला आणि रॅमोने काही उत्तर दिलं नाही. डेकवर इतकी गर्दी होती की, हलायलाही जागा नव्हती. पण मी तशीच वाट काढत या टोकापासून त्या टोकापर्यंत फेरी मारली. हाकांचा सपाटा चालूच ठेवला. तरीपण उत्तर आलं नाही. कुणीच त्याला पाहिलं नव्हतं.

शेवटी मी नॅनकोलाच गाठलं.

भीतीने माझी बोबडी वळली होती. "माझा भाऊ कुठे आहे?" मी किंचाळले.

त्यानं किनाऱ्यावर मला जे सांगितलं होतं, त्याचाच पुनरुच्चार केला. पण तो बोलत असताना त्याच्याजवळ उभ्या असलेल्या उलापीने बेटाकडे बोट दाखवलं. डेकवरून मी समुद्राच्या पलीकडे बघितलं. रॅमो

मला दिसला. दूर, कड्यावरून धावणारा, मासेमारीचा भाला डोक्यावर घेतलेला.

शिडांत हवा भरली होती आणि जहाज आता संथपणे दूर निघालं होतं. सगळे जण कड्याकडे बघू लागले. अगदी ती गोरी माणसंसुद्धा! मी त्यातल्या एकाकडे धावले आणि रॅमोकडे निर्देश केला. पण त्यानं मान हलवून आपली असमर्थता दर्शवली आणि माझ्याकडे पाठ फिरवली. जहाज आता अधिक वेगाने जाऊ लागलं. मनात नसतानाही मी किंचाळले.

चीफ मातासिपने माझा दंड पकडला.

''आपण रॅमोसाठी थांबू शकत नाही,'' तो म्हणाला, ''आपण थांबलो, तर हे जहाज खडकांकडे भरकटत जाईल.''

''आपण थांबलंच पाहिजे,'' मी किंचाळले, ''आपण थांबायलाच हवं.''

''त्याच्यासाठी पुन्हा कधीतरी जहाज येईल,'' मातासिपने माझी समजूत घातली. ''तो सुखरूप राहील. त्याला खायला पुरेसं अन्न आहे, प्यायला पाणी आहे, झोपायला बऱ्याच जागा आहेत.''

''नाही,'' मी किंचाळत होते.

मातासिपची चर्या दगडासारखी झाली होती, उग्र आणि कठोर. तो माझ्या आकांताकडे लक्षच देत नव्हता. मी पुन्हा एकदा जोरात किंचाळले. पण माझा आवाज वाऱ्याच्या घोंघावण्यात दबला गेला. सारे जण माझ्याभोवती गोळा झाले. मातासिपने जे सांगितलं तेच पुन्हा सांगू लागले. तरीपण त्यांच्या शब्दांनी माझं समाधान झालं नाही.

रॅमो कड्यावरून अदृश्य झाला होता. किनाऱ्याकडे घेऊन येणाऱ्या पायवाटेवरून तो आता धावत असणार हे माझ्या लक्षात आलं.

केल्पच्या गालिच्याभोवती जहाज गोलगोल फिरू लागलं. मला वाटलं ते नक्कीच किनाऱ्याकडे परत चाललं आहे. त्या प्रतीक्षेत मी श्वास रोखून धरला. पण हळूहळू त्याची दिशा बदलली. त्याचा रोख आता पूर्वेकडे होता. त्या क्षणी मी डेक ओलांडून पलीकडे गेले. बऱ्याच हातांनी मला धरून ठेवायचा आटोकाट प्रयत्न केला; पण कुणालाही न जुमानता मी स्वतःला समुद्रात झोकून दिलं.

एक लाट माझ्या डोक्यावरून गेली आणि मी खाली, खाली जाऊ

लागले. इतकी खाली की मला वाटलं आपल्याला पुन्हा हा दिवस दिसणार नाही! जेव्हा मी पाण्यातून वर आले तेव्हा जहाज दूर गेलं होतं. पाण्याच्या उडणाऱ्या तुषारांतून फक्त त्याची शिडं दिसत होती. मी अजूनही माझी टोपली घट्ट धरली होती. माझ्या सगळ्या मौल्यवान वस्तू त्यामध्ये होत्या. पण ती फार जड होती आणि मला कळून चुकलं, ती हातात धरून पोहणं केवळ अशक्य होतं. अखेर ती टोपली जलार्पण करून मी किनाऱ्याकडे निघाले.

'कॉरल कोव्ह'च्या प्रवेशद्वाराचं रक्षण करणारे ते दोन खडक मला स्पष्ट दिसतही नव्हते. पण मला भीती वाटली नाही. कारण कित्येकदा मी याहून पुढे पोहत गेले होते... अर्थात, अशी वादळात नाही!

किनारा गाठल्यावर रॅमोला कशी शिक्षा करायची याचाच विचार मी पोहत असताना पुन्हा-पुन्हा करत होते. पण जेव्हा माझ्या पावलांना वाळूचा स्पर्श झाला; तेव्हा मी त्याला लाटांच्या कडेला उभा राहिलेला पाहिला, हातात रापणाचा भाला घेऊन इतका एकाकी, बापुडवाणा दिसत होता तो की, मनात योजलेले माझे सगळे बेत हवेत विरून गेले. त्याऐवजी मी मटकन खाली बसले आणि रॅमोला माझ्या मिठीत घेतलं.

जहाज एव्हाना दृष्टिआड झालं होतं.

"ते कधी परत येणार?" रॅमोने विचारलं. त्याच्या डोळ्यांत अश्रू तरळत होते.

"लवकरच, हं बाळ!" मी त्याला धीर दिला.

मला एकाच गोष्टीचा राग आला होता. माझा युकाच्या तंतूंपासून शिवलेला सुंदर स्कर्ट; ज्याच्यावर मी इतके दिवस मेहनत घेतली होती, त्यानं आता जलसमाधी घेतली होती.

आठ

आम्ही पायवाट चढून जात असताना सोसाट्याचा वारा सुटला. उंच, खडकाळ पठार वाळूने आच्छादलं गेलं. चाळणीतून सांडावी, तशी ती वाळू आमच्या पायांवर भुरभुर उडत होती. आकाशही झाकोळून गेलं होतं. परतीचा मार्ग शोधणं अशक्य झाल्यानं आम्ही काही खडकांवरती आश्रय घेतला. रात्र पडेपर्यंत आम्ही तिथेच राहिलो. नंतर वाऱ्याचा जोर उणावला, ढगातून चंद्र बाहेर आला आणि त्या चंद्राच्या प्रकाशात वाट काढत आम्ही आमच्या पाड्यावर पोहोचलो.

त्या थंड, गारठलेल्या प्रकाशात झोपड्या भुतांसारख्या दिसत होत्या. जसजसे आम्ही जवळ जाऊ लागलो तसतसा एक चमत्कारिक आवाज कानांवर पडू लागला, पळणाऱ्या पावलांचा आवाज. आधी वाटलं, तो वाऱ्याचा आवाज असेल, पण जेव्हा आम्ही आणखीन जवळ आलो, तेव्हा मला डझनवारी रानटी कुत्रे झोपडी-झोपडीतून दुडक्या चालीने आत-बाहेर करताना दिसले. आम्हाला पाहून ते पळाले, पण जातानाही ते दात विचकून रागारागाने गुरगुरत होते.

आम्ही सारे ग्रामस्थ खेडं सोडून गेल्यावर थोड्याच वेळात ती कुत्र्यांची टोळी खेड्यात गुपचूप शिरली असणार, कारण आमच्या मागे राहिलेल्या ॲबेलॉन्स*चा त्यांनी फडशा पाडला होता. अन्नाच्या शोधात त्या टोळीने सर्वत्र धुमाकूळ घातला होता. त्यामुळे रॅमोला आणि मला रात्रीच्या जेवणासाठी घराचा कानाकोपरा धुंडाळावा लागला. तेव्हा कुठं

---

* ॲबेलॉन्स : पिटुकल्या ते महाकाय अशा सर्व आकारात मिळणारे मासे. यांचं मांस रुचकर असतं आणि कच्चं अथवा शिजवून दोन्ही प्रकारे खाल्लं जातं.

पुरेसं जेवण पदरात पडलं. एका लहानशा शेकोटीपाशी बसून आम्ही जेवत असताना जवळच्याच एका टेकडीवरून कुत्र्यांचा आवाज ऐकू येत होता आणि रात्रभर त्यांचे केकाटणे वाऱ्यावर वाहात आमच्यापर्यंत पोहोचत होते. पण सूर्योदय झाला आणि मी जेव्हा झोपडीच्या बाहेर आले तेव्हा तो कळप दुडक्या चालीने त्याच्या लपण्याच्या जागेकडे गेला. ती जागा बेटाच्या उत्तरेला एका विशाल गुहेत होती.

आमचा तो दिवस अन्न गोळा करण्यात गेला. वारा सुटला होता आणि लाटा किनाऱ्यावर येऊन फुटत होत्या, त्यामुळे आम्हाला खडकांवर जाता आलं नाही. मग मी कड्यावरची सी-गलची अंडी गोळा केली आणि रॅमोने एका टाइड पूल* मधले छोटे-छोटे मासे भाल्यानं टोचून त्यांची एक माळ बनवली आणि ती घरी घेऊन आला. माशांची ती माळ पाठीवर टाकून तो मोठ्या गर्वाने चालत होता. त्याला वाटलं, त्यानं मला जो त्रास दिला होता, त्या त्रासाची अशा पद्धतीने तो भरपाई करतो आहे.

भरीला मी एका घळीत गोळा केलेल्या बिया होत्याच. त्यामुळे आमचं जेवण भरपेट झालं. मात्र मला ते एका चपट्या दगडावर शिजवावं लागलं. माझी भांडीकुंडी सगळी समुद्राच्या तळाला गेली होती!

त्या रात्री रानटी कुत्रे परत आले. माशांच्या वासाने आकृष्ट झालेले ते कुत्रे टेकडीवर बसून राहिले, भुंकत आणि एकमेकांवर गुरगुरत! शेकोटीच्या प्रकाशात त्यांचे डोळे चमकत होते. मग पहाट झाली आणि ते निघून गेले.

त्या दिवशी समुद्र शांत होता. त्यामुळे खडकांमधल्या फटींमध्ये पैदास होणाऱ्या ॲबेलॉन्सची शिकार आम्हाला करता आली. समुद्रातल्या तणांपासून आम्ही एक ओबडधोबड टोपली बनवली आणि सूर्य डोक्यावर येईपर्यंत ती ॲबेलॉन्सनी भरून टाकली. घरी परतताना, दोघांनी मिळून ती टोपली उचलली होती. मी आणि रॅमो कड्यावर थोडे विसावलो. हवा स्वच्छ होती आणि जहाज ज्या दिशेने गेलं होतं, त्या दिशेला दूरवरचा समुद्र दिसत होता.

---

* टाइड पूल : भरतीच्या लाटांचं पाणी उडून तयार झालेला लहानसा डोह.

"ते आज परत येतील का?" रॅमोने विचारलं.

"येतीलही," मी त्याला उत्तर दिलं. मनातून मात्र मला तसं वाटत नव्हतं. "पण ते यायला कदाचित कित्येक दिवसही लागतील. कारण ते जहाज ज्या देशात गेलं आहे, तो देश इथून फार-फार दूर आहे."

रॅमोने मान वर करून माझ्याकडे बघितलं. एकाएकी त्याचे काळेभोर डोळे चमकले.

"ते जहाज कधीच परत आलं नाहीतरी मला चालेल," तो म्हणाला.

"तू असं का म्हणतोस?" मी त्याला विचारलं.

हातातल्या भाल्याच्या टोकाने जमिनीत एक बीळ बनवत रॅमो विचार करत होता.

"का?" मी पुन्हा विचारलं.

"कारण मला इथे तुझ्याबरोबर आवडतं," रॅमोचं लाडिक उत्तर. "बाकीचे सारे लोक इथे असताना यायची त्यापेक्षा आत्ता जास्त मजा येते आहे. उद्या मी आपले पडाव जिथे लपवून ठेवलेत ना त्या जागी जाणार आहे आणि एक पडाव कॉरल कोव्हला आणणार आहे. आपल्याला तो समुद्रात मासे पकडायला आणि बेटावर इकडेतिकडे भटकायला उपयोगी पडेल."

"पण अरे सोन्या, ते इतके जड आहेत की, तुला ते पाण्यात ढकलता नाही यायचे!"

"तू उद्या बघशीलच."

रॅमोने आपली छाती फुगवली. त्याच्या गळ्यात सी-एलिफंटच्या दातांपासून बनवलेली एक माळ होती. कुणीतरी ती मागे ठेवून गेलं होतं. रॅमोच्या गळ्यात ती फारच मोठी वाटत होती आणि तिच्यातले दातही तुटले होते. पण त्यानं जेव्हा आम्हा दोघांच्या मधोमध जमिनीत भाला खुपसला, तेव्हा त्यांचा चांगलाच खळखळ असा आवाज झाला.

"तू विसरते आहेस मी चोविगचा मुलगा आहे," तो प्रौढीने बोलला.

"मी नाही विसरले," मी म्हटलं, "पण तू अजून बच्चा आहेस. एक दिवस तूसुद्धा उंच, धिप्पाड होशील आणि मग तुला मोठा पडाव हाताळता येईल."

"मी चोविगचा मुलगा आहे," तो पुन्हा म्हणाला. आणि हे बोलत

असताना एकाएकी त्याचे डोळे विस्फारले. "मी त्यांचा मुलगा आहे आणि ते आता या जगात नसल्यानं मी त्यांची जागा घेतली आहे. मी आता या गालाज-अॅटचा प्रमुख आहे. तेव्हा माझ्या सर्व आदेशांचं पालन हे झालंच पाहिजे."

"पण त्या आधी तू मर्द होणं गरजेचं आहे. त्यामुळे प्रथेप्रमाणे मला तुला आता खाजकोयलीच्या लवचीक चाबकाने फोडून काढावं लागेल आणि नंतर एका लाल मुंग्यांच्या वारुळाला बांधून ठेवावं लागेल."

हे ऐकून रॅमोचा चेहरा मलूल झाला. आमच्या जमातीत एखाद्याला पौरुषत्व बहाल करण्याआधी काय-काय कर्मकांडं केली जातात, हे त्यानं पाहिलं होतं आणि त्याला ते चांगले आठवतही होतं. झटकन मी उद्‌गार काढले, "पण आता ते विधी संपन्न करण्यासाठी एकही पुरुष येथे नाही, त्यामुळे कदाचित तुला चाबकाचा मार आणि मुंग्यांचं वारुळ यातल्या कशालाच सामोरं जावं लागणार नाही, चीफ रॅमो!"

"हे नाव मला शोभतं की नाही हे मला नाही ठाऊक," तो मंद स्मित करत म्हणाला. जवळून उडणाऱ्या एका सी-गलवर त्यानं भाला फेकला. "मी याहून एखाद्या चांगल्या नावाचा विचार करेन."

भाला आणण्यासाठी तो लांब-लांब ढांगा टाकत जात होता. एक छोटासा मुलगा – काडी पैलवान! गळ्यात त्यानं मोडकी सी-एलिफंटच्या दातांची माळ घातलेली होती. आता तर तो गालाज-अॅटचा प्रमुख झाल्यानं त्याच्या खोड्या, त्याचे उपद्‌व्याप अजून वाढणार होते आणि पर्यायानं माझा त्रासही. पण या क्षणी मला वाटत होतं, त्याच्या मागे धावत जावं आणि त्याला मिठीत घ्यावं!

"मला एक नाव सुचलं आहे," परत येताच तो म्हणाला.

"काय बरं?" मी गंभीरपणे विचारलं.

"मी आहे चीफ तान्योसित्लोपाई."

"हे तर फारच लांबलचक नाव आहे, शिवाय उच्चारायलाही कठीण."

"तू शिकशील लवकरच," चीफ तान्योसित्लोपाईनी मला धीर दिला. मला 'चीफ'ला एकट्याने त्या पडाव लपवलेल्या ठिकाणी मुळीच जाऊ द्यायचं नव्हतं. पण सकाळी जेव्हा मला जाग आली तेव्हा रॅमो झोपडीत कुठेच दिसला नाही. तो बाहेरही नव्हता. मग माझ्या लक्षात

आलं की, बाहेर काळोख असतानाच तो उठला होता आणि एकटाच निघून गेला होता.

मला भीती वाटली. त्याच्यावर काय-काय अरिष्टं कोसळतील, देव जाणे. कल्पनेनेच मी गळाठले. पूर्वी त्या केल्पच्या दोरखंडावरून तो उतरला होता, पण खडकांवरून अगदी छोटासा पडाव ढकलणंही त्याला कठीण जाणार होतं. आणि स्वत:ला इजा करून न घेता एखादा पडाव हवेतून हेलकावत जरी तो आणू शकला तरी जिथे भरतीच्या प्रचंड लाटा वेगाने उसळत त्या सँडबार*च्या आजूबाजूला वल्हं मारणं त्याला कसं जमेल?

या संकटाचा विचार मनात आला आणि मी त्याला गाठायला निघाले.

पायवाटेवरून मी फार लांब गेले नसेन, माझ्या मनातल्या भीतीने उचल खाल्ली. आपण त्याला त्या कड्याकडे एकट्याने जायला मनाई केली पाहिजे. जहाज आम्हाला घ्यायला पुन्हा कधी येईल, हे कळण्यास काही मार्ग नव्हता. ते येईपर्यंत, आम्ही या बेटावर एकटेच होतो. म्हणून रॅमोने लवकर मोठं होणं गरजेचं होतं... आम्ही एकटे नसतो, तर हा प्रश्न उद्भवलाच नसता. कारण मला त्याची आता बऱ्याच गोष्टीत मदत लागणार होती. मनात विचारांचं वादळ उठलं होतं.

अचानक मी मागे फिरले आणि कॉरल कोव्हकडे जाणारा रस्ता पकडला. रॅमो जर पाण्यात पडाव घालण्यात यशस्वी झाला आणि सँडबारच्याभोवती धावणाऱ्या भरतीच्या लाटा पार करण्यात त्याला यश आलं, तर माध्यान्हीपर्यंत तो बंदरात पोहोचला असता. मी किनाऱ्यावर त्याची वाट पाहात थांबायला हवं होतं. कारण त्याच्या स्वागताला जर त्या वेळी कोणी उपस्थित नसेल, तर एवढा जलप्रवास करून येणाऱ्या रॅमोला मजा कशी वाटली असती?

खडकांमध्ये कालवं दिसतात का, याचा शोध घेत असताना मी रॅमोचा विचार मनातून काढून टाकला. अन्न मिळवण्याची खटपट करणंही गरजेचं होतं आणि आम्ही पाड्यावर नसताना त्या रानटी

---

* सँडबार/सँडपिट : किनाऱ्याला समांतर असा समुद्रामधला लांबलचक वालुकामय पट्टा. बरेचदा तो किनाऱ्यावरील भूमीपर्यंत विस्तारत असतो.

कुत्र्यांच्या धाडीपासून अन्न वाचवण्याचा सर्वोत्तम उपाय कोणता; याचा विचार मी करू लागले. मनात जहाजाचाही विचार तरळून गेला. मातासिप त्या वेळी मला नेमकं काय म्हणाला होता, ते मी आठवायचा प्रयत्न केला. पहिल्यांदाच मनात येऊन गेलं, खरंच जहाज कधीतरी परतून येईल का? खडकांमधल्या फटींमध्ये शेलफिश सापडतात का हे मी डोकावून बघत होते. दिसले की, उचकटून काढत होते. मध्येच मी थांबत असे, भयाकुल होऊन त्या रित्या समुद्राकडे बघत असे. माझ्या नजरेच्या टप्प्याच्या बाहेर पसरला होता, तो अथांग महासागर!

सूर्य आकाशात वर चढू लागला. रॅमोची अजून कुठेच चाहूल नव्हती. मी अस्वस्थ होऊ लागले. माझी टोपली भरली होती. ती घेऊन मी पठारावर आले.

इथून खालच्या बंदराकडे माझी नजर गेली आणि नंतर त्याच्याहीपुढे असलेल्या किनाऱ्यालगतच्या सँडबारकडे. समुद्रात खुपसलेला एखादा माशाचा गळ कसा दिसतो, तसा तो सँडबार दिसत होता. इवल्या-इवल्या लाटा वाळूवर येऊन आदळत होत्या आणि त्यांच्या पलीकडे जिथे प्रवाहांची शर्यत लागली होती, तिथे फेसाची वक्राकार रेषा उमटत होती.

सूर्य डोक्यावर येईतोवर मी पठारावर थांबले. नंतर मी घाईघाईने पाड्यात परत आले. मी बाहेर गेले असताना रॅमो परत आला असेल; या आशेने. पण झोपडी रिकामी होती.

शेलफिश पुरून ठेवण्यासाठी झटपट मी एक बीळ खोदलं. त्या बिळाच्या तोंडावर, रानटी कुत्र्यांनी ते उकरू नये म्हणून, एक वजनदार धोंडा ठेवला आणि मी बेटाच्या दक्षिणेकडे जायला निघाले.

तिथे दोन पायवाटा फुटत होत्या. लांबच लांब पसरलेल्या सँड-ड्यून्सच्या प्रत्येक बाजूला एक. मी जी पायवाट तुडवत होते, त्या पायवाटेवर रॅमो नव्हता. तो कदाचित दुसऱ्या पायवाटेवरून येत असेल आणि आपल्या दृष्टिपथात नसेल असा अंदाज करून मी धावत असताना एकीकडे त्याला हाका मारत होते. उत्तर काही आलं नाही. पण दूरवर मला कुत्र्यांचं भुंकणं ऐकू आलं.

मी जसजशी कड्याच्या जवळ येऊ लागले तसतसा तो भुंकण्याचा आवाज अधिक मोठा येऊ लागला. मधूनच तो थांबायचा आणि एका

अल्प विश्रांतीनंतर पुन्हा सुरू व्हायचा. सँड-ड्यूनसच्या विरुद्ध दिशेकडून हा आवाज येत होता, त्यामुळे ती पायवाट सोडून मी वाळूतून पायवाटेच्या वरच्या अंगाने चढू लागले.

सँड-ड्यूनसच्या पलीकडे थोड्याशा अंतरावर, कड्याजवळ मला ती रानटी कुत्र्यांची टोळी दिसली. कितीतरी कुत्रे होते आणि ते गोल-गोल फिरत होते – वर्तुळाकारात!

आणि त्या वर्तुळाच्या केंद्रभागी होता रॅमो. तो उताणा पडलेला होता. त्याच्या गळ्याला खोल जखम झालेली होती. अगदी निश्चल होता तो!

मी जेव्हा त्याला उचललं, तेव्हा मला कळून चुकलं की, रॅमो मेला आहे. रानटी कुत्र्यांच्या चाव्यांनी त्याच्या शरीरावर ठिकठिकाणी जखमा झाल्या होत्या. तो मरून बराच वेळ लोटला होता आणि त्याच्या जमिनीवरल्या पाऊलखुणांवरून दिसत होतं की, तो कड्यापर्यंत पोहोचलाच नव्हता.

त्याच्यापासून जवळच दोन कुत्रे मरून पडले होते. त्यांच्यापैकी एकाच्या बगलेत त्याचा तुटलेला भाला होता.

मी रॅमोला पाड्यावर घेऊन आले. मी पोहोचले तेव्हा सूर्य अस्तास चालला होता. या सर्व वाटचालींत कुत्रे माझ्या मागोमाग येत राहिले. पण मी जेव्हा त्याला झोपडीत ठेवलं आणि एक सोटा घेऊन बाहेर आले, तेव्हा ते दुडक्या चालीने एका टेकडीवर गेले. ती टेकडी फारशी उंच नव्हती. त्यांचा नेता असलेला एक मोठा करड्या रंगाचा, लांब व कुरळे केस असलेला आणि पिवळ्या डोळ्यांचा कुत्राही त्यात होता. तो सर्वांत शेवटी टेकडीवर गेला.

बाहेर अंधार दाटत चालला होता. तरीपण मी त्यांचा टेकडीपर्यंत पाठलाग केला. काही आवाज न करता हळूहळू त्यांनी माझ्यासमोर माघार घेतली. काही आवाज न करता, गुपचूप. मी दोन टेकड्या त्यांच्या पाठोपाठ चढून गेले आणि एक लहानशी दरी ओलांडून तिसऱ्या टेकडीकडे गेले. त्या टेकडीवर उजव्या बाजूला एक कपार होती. त्या कपारीच्या एका टोकाला एक गुहा होती. एका मागोमाग एक सगळे कुत्रे त्या गुहेतून आत गेले.

त्या गुहेचं तोंड फारच रुंद होतं आणि इतकं उंच की, ते दगडांनी

बंद करणं अशक्यच होतं. मी ब्रशचं सरपण गोळा केलं आणि त्याचा जाळ केला. गुहेमध्ये आत-आत तो जाळ ढकलावा आणि सगळ्या कुत्र्यांना एकसाथ मारून टाकावं असा माझा विचार होता. त्यासाठी रात्रभर त्या जाळात काटक्या घालत आणि त्या आत-आत ढकलत राहण्याची माझी तयारी होती. पण त्यासाठी पुरेसं सरपण नव्हतं.

चंद्रोदय झाला तेव्हा मी उठले, गुहा सोडून निघाले. दरी आणि तीन टेकड्या ओलांडून माझ्या घरी आले.

रात्रभर मी माझ्या भावाच्या शवाजवळ बसून राहिले. अजिबात झोपले नाही. एक दिवस मी पुन्हा जाईन आणि त्या रानकुत्र्यांना गुहेत कोंडून मारेन अशी मी प्रतिज्ञा केली. त्या सगळ्या कुत्र्यांना मी मारणार होते. त्यासाठी आपल्याला काय करावं लागेल असा विचारही डोक्यात आला. पण प्रामुख्यानं माझे विचार चालले होते रॅमोबद्दल, माझ्या भावाबद्दल.

नऊ

त्या दिवसांतलं मला फारसं काही आठवत नाही. इतकंच आठवतं आहे की, बरेच चंद्र-सूर्य उगवले अन् मावळले. रॅमो गेल्यानंतर मी अगदी एकटी होते. त्यामुळे आपण काय करणार आहोत, हाच विचार डोक्यात घोळत असायचा. मी पाडा सोडून कुठेही गेले नाही. घरातले सगळे अॅबेलॉन्स खाऊन संपेपर्यंत मी हालले नाही आणि नंतर बाहेर पडले तीसुद्धा फक्त अॅबेलॉन्स गोळा करायला.

पण एके दिवशी यापुढे या गावात कधीच राहायचं नाही हा निश्चय मी केला, तो दिवस मला चांगला आठवतो आहे.

त्या दिवशी सकाळी दाट धुकं पडलं होतं आणि दूरवर किनाऱ्यावर येऊन फुटणाऱ्या लाटांचा आवाज येत होता. या आधी माझ्या लक्षात आलं नव्हतं की, आमचं गाव कसं स्मशानवत झालं होतं. धुक्याच्या लाटा रिकाम्या झोपड्यांमधून ये-जा करत होत्या. वाहात येताना त्या लाटा विविध आकार धारण करत होत्या आणि त्यांच्याकडे पाहून झुंजीत वीरगती प्राप्त झालेले माझ्या गावातले ग्रामस्थ आणि जहाजात बसून कायमचे बेट सोडून गेलेले आप्तस्वकीय, अशा सर्वांची मला राहून-राहून आठवण येऊ लागली. किनाऱ्यावर येऊन फुटणाऱ्या फेसाळ लाटांचा आवाज ऐकून वाटत होतं, जणू माझ्या माणसांचे बोलण्याचे आवाज येत आहेत.

मी बराच वेळ तशीच बसून राहिले. ते विविध आकार बघत आणि ते आवाज ऐकत... धुक्याचे ढग विरून सूर्य बाहेर येईपर्यंत मी उठले नाही. नंतर झोपडीच्या भिंतीला मी आग लावली. ती जळून खाक

झाल्यावर दुसरी झोपडी, मग तिसरी. अशा रितीने मी एकापाठोपाठ एक सगळ्या झोपड्या जाळून बेचिराख केल्या. गालाज-अॅट खेड्याची निशाणी म्हणून आता तिथे फक्त राखेचे ढीग उरले होते.

अन्न गोळा करून ठेवण्याच्या एका टोपलीखेरीज तिथून नेण्यासारखं आता माझ्याजवळ काही उरलं नव्हतं. म्हणून मी वायुवेगाने मार्गक्रमण करत रात्र पडायच्या आत एका अशा जागी येऊन पोहोचले; जिथे मी जहाज परतून येईपर्यंत वस्ती करायचा निर्णय घेतला होता.

ही जागा होती कॉरल कोव्हच्या पश्चिमेला दीड-एक मैलांवर असलेल्या एका भूशिरावर. त्या भूशिरावर एक अजस्त्र शिळा आणि दोन खुरटी झाडं होती. त्या शिळेमागे दहा पावलांवर एक मोकळी जागा होती. जी वाऱ्यापासून सुरक्षित होती. तिथून मला बंदर आणि तो महासागर दोन्ही दिसू शकत होतं. जवळच्याच एका घळीतून पाण्याचा एक झरा वाहात होता.

त्या रात्री मी त्या शिळेवर चढले, झोपण्याच्या इराद्याने. वरच्या बाजूने ती सपाट होती आणि पुरेशी रुंद, अगदी ऐसपैस. तसंच ही शिळा जमिनीपासून इतकी उंचावर होती की, मला झोप लागल्यावर त्या रानटी कुत्र्यांची भीती बाळगायचं काहीच कारण नव्हतं. त्यांनी रॅमोचे लचके तोडले, त्या दिवसापासून ते मला पुन्हा दिसले नव्हते. पण माझ्या या नव्या मुक्कामाकडे ते लवकरच येतील, याची मला खातरी होती.

मी माझ्याबरोबर जे खाद्यपदार्थ आणले होते, ते साठवून ठेवण्याच्या दृष्टीने ही शिळा अगदी सुरक्षित जागा होती. आणि आगामी अन्नसंचयासाठीदेखील! अजून हिवाळा संपला नव्हता. त्यामुळे मला न्यायला ते जहाज कधीही परत येऊ शकत होतं. अनावश्यक अन्नाचा संचय करण्यात काही अर्थही नव्हता. त्यामुळे रानटी कुत्र्यांपासून स्वत:चा बचाव करण्यासाठी शस्त्रं बनवायला मला पुरेसा अवधी मिळाला. माझं मन मला सांगत होतं, ते कुत्रे एक ना एक दिवस माझ्यावर हल्ला करणार. तेव्हा त्यांना एकामागून एक मारायला ती शस्त्रं आवश्यकच होती.

एका झोपडीत मला एक सोटा मिळाला होता. पण तीरकमठा

आणि एक मोठ्ठा भाला जवळ असणं गरजेचं होतं. मेलेल्या कुत्र्याच्या शरीरातून उपसून काढलेला भाला फारच छोटा होता. मासे पकडण्यासाठीच फक्त तो चांगला होता.

गालाज-ॲटमधल्या रूढींनुसार जमातीतल्या स्त्रियांना शस्त्रं बनवण्यास बंदी होती. म्हणून मी तिथे कुणाचं एखादं राहिलेलं शस्त्रं मिळतंय का ते शोधलं. कधीकाळी आमचं खेडं जिथं वसलं होतं तिथे गेले. प्रथम तिथली राख चाळून घेतली. भाल्याची अग्रं सापडतात का ते बघितलं. काहीच सापडलं नाही तेव्हा जिथे पडाव लपवून ठेवले होते तिथे गेले. मला ठामपणे वाटत होतं की, तिथे पडावांवर अन्न-पाण्याबरोबर शस्त्रंही दडवली असणार.

कड्याखाली लपवलेल्या पडावांमध्ये मला काही मिळालं नाही, तेव्हा ॲल्यूट लोकांनी किनाऱ्यावर जो पेटारा आणला होता, त्याची मला आठवण झाली आणि मी कॉरल कोव्हकडे जायला निघाले. चकमक चालू असताना मी तो पेटारा किनाऱ्यावर पाहिला होता. पण मला नेमकं आठवत नव्हतं, त्या शिकाऱ्यांनी पळून जाताना तो त्यांच्याबरोबर नेला होता की नाही?

वादळाने किनाऱ्यावर आणून टाकलेल्या सी-वीड* शिवाय तिथे दुसरं काही नव्हतं. ती ओहोटीची वेळ होती त्यामुळे जिथे तो पेटारा ठेवला होता, त्या जागी मी शोध घेऊ लागले.

कपारीच्या बरोबर खाली मी उभी होते आणि आम्ही ती चकमक बघत होतो. तिथली वाळू मऊमऊ होती. मी एका काठीने वाळूमध्ये बरीच छोटी-छोटी छिद्रं खोदली. मग एक मोठ्ठं वर्तुळ खोदलं. ते या विचाराने की, वादळात तो पेटारा वाळूत गाडला गेला असेल.

त्या वर्तुळाच्या केंद्रभागाजवळ माझी काठी कशावर तरी जोराने आपटली. नक्कीच तो एखादा दगड असणार; पण जसजशी मी हातांनी खोल-खोल उकरत गेले तशी ती एक वस्तू आहे हे माझ्या लक्षात आलं. त्याच पेटाऱ्याचं ते काळ्या रंगाचं झाकण होतं.

ती संपूर्ण सकाळ मी वाळू उपसण्याचं काम करत राहिले. लाटांच्या माऱ्यानं तो पेटारा अधिकाधिक खाली रुतत गेला होता. मी काही तो

---

* सी-वीड : सागरी वनस्पती.

बाहेर काढायचा प्रयत्न नाही केला. फक्त त्याचं झाकण उघडता येईल, इतपत वाळू उकरली.

सूर्य वर-वर चढू लागला तशा भरतीच्या लाटा किनाऱ्यावर धावत आल्या आणि त्यांनी ती छिद्रं वाळूने बुजवून टाकली. प्रत्येक लाटेबरोबर तो पेटारा आत-आत जाऊ लागला, शेवटी तो पूर्ण दृष्टिआड झाला. मी मात्र लाटांचा मार चुकवत तिथेच उभी राहिले, पुन्हा त्या जागेची शोधाशोध करावी लागू नये म्हणून! जेव्हा भरती ओसरली तेव्हा मी माझ्या पायांनी खोदायला सुरुवात केली. मी खाली-खाली जाऊ लागले. नंतर हातांचा वापर करू लागले.

तो पेटारा मणी, कंगन आणि कानात घालावयाच्या आभूषणांनी भरला होता. मी इथे भाल्यांसाठी अग्र शोधायला आले होते, हे विसरूनच गेले. त्यातला प्रत्येक लहान दागिना मी सूर्यप्रकाशात धरून फिरवला. त्या प्रकाशात ते दागिने झळाळून दिसत होते. त्यातली मण्यांची सर्वांत लांब माळ मी गळ्यात घालून बघितली. ते नीलमणी होते. तशीच एक निळ्या रंगाच्या कंगनांची जोडीही होती. ती माझ्या मनगटांवर चपखल बसली. अशी सजून मी त्या किनाऱ्यावर नुसतीच फिरत राहिले, स्वतःचं कौतुक करत राहिले.

कॉरल कोव्हचा संपूर्ण किनारा मी पायाखाली तुडवला. चालताना मणी आणि कंगन यांचा किणकिणाट होत होता. तिथे लाटांच्या जवळून चालत असताना मला एखादी सम्राज्ञी असल्यासारखं वाटत होतं.

पायवाटेच्या पायथ्याशी जिथे ती लढाई झाली त्या ठिकाणी मी आले आणि अचानक मला त्या हुतात्म्यांची आठवण झाली. मी घातलेली आभूषणं ज्यांनी आणली होती, त्यांचीही आठवण झाली! मी पुन्हा त्या पेटाऱ्याजवळ गेले. खूप वेळ मी त्याच्याजवळ उभी राहिले. कंगन आणि गळ्यात रुळणाऱ्या मण्यांच्या माळेकडे पाहात राहिले. सूर्यप्रकाशात इतके सुंदर दिसत होते ते; आणि झगमगतही होते. "हे दागिने अॅल्यूट लोकांच्या मालकीचे नाहीत," मी पुटपुटले. "ते माझ्या मालकीचे आहेत." पण हे पुटपुटत असतानाही मला माहीत होतं, मी ते पुन्हा अंगावर कधीच घालू शकणार नाही.

एकेक करत मी सगळे अलंकार अंगावरून उतरवले. पेटाऱ्यातले राहिलेले अलंकारही मी उचलले. नंतर लाटांमधून चालत पाण्यात गेले

आणि ते सारे अलंकार दूरवर... खोल-खोल समुद्रात भिरकावून दिले.

पेटाऱ्यात भाल्याची लोखंडी अग्रं नव्हती. मी त्याचं झाकण लावलं आणि पेटारा वाळूमध्ये पुरून टाकला.

पायवाट जिथे संपते, तिथपर्यंत जाऊन काही मिळतंय का, ते मी बघून आले. पण माझ्या उपयोगी पडेलसं काहीच तिथे नव्हतं. शेवटी मी तो शोध थांबवला.

नंतरचे कित्येक दिवस मी पुन्हा शस्त्रांचा विचारही केला नाही.

एके रात्री रानटी कुत्रे आले आणि शिळेच्या पायथ्याशी बसून भेसूर आवाजात रडू लागले. त्या क्षणापर्यंत शस्त्रांचा विचार बाजूलाच पडला होता. पहाटे दिशा उजळल्यावर ते निघून गेले, पण फार दूर नाही. दिवसभरात मला ते ब्रशच्या झुडपांमधून गुपचूप निघून जाताना, माझ्यावर पाळत ठेवताना दिसत होते.

त्या रात्री ते पुन्हा भूशिराकडे आले. माझ्या जेवणातलं उरलंसुरलं अन्न मी पुरून टाकलं होतं. पण ते त्यांनी उकरून काढलं. एकमेकांवर गुरगुरू लागले आणि त्या चतकोरासाठी त्यांची आपापसात चांगलीच जुंपली. नंतर ते पुन्हा शिळेच्या पायथ्याशी फेऱ्या मारू लागले. नाकाने हुंगून वास घेऊ लागले. कारण माझ्या पाऊलखुणांच्या वासावरून त्यांना जाणीव झाली होती की, मी जवळपास कुठेतरी आहे.

ते कुत्रे शिळेच्या पायथ्याशी दुडक्या चालीने फिरत होते. मी बराच वेळ शिळेवर उताणी पडून राहिले होते. शिळा उंच असल्यामुळे त्यांना चढून वर येणं शक्य नव्हतं. तरीसुद्धा मला भीती वाटत होती. तिथे पडून राहिले असताना मनात एकच विचार घोळत होता की, आमच्या जमातीत स्त्रियांनी शस्त्रं बनवण्यावर बंदी आहे आणि जर मी हा कायदा मोडला, मागे-पुढे कसलाच विचार न करता आत्मरक्षणासाठी शस्त्रे बनवली, तर....?

जगाच्या चारी दिशांतून वारे वाहात येऊन माझा श्वास कोंडून मला मारतील का? किंवा लोक सांगतात तसा धरणीकंप होईल आणि कोसळत्या शिळांखाली मी गाडली जाईन? किंवा इतर काही जणांच्या म्हणण्यानुसार समुद्राला महापूर येईल आणि आमच्या बेटाला तो बुडवून टाकेल? किंवा माझे बाबा सांगायचे त्याप्रमाणे; ज्या क्षणी माझे प्राण संकटात येतील, त्या क्षणी ती शस्त्रं माझ्या हातातच तुटून भंग पावतील?

दोन दिवस मी या गोष्टींवर विचार केला आणि तिसऱ्या रात्री जेव्हा ती रानटी कुत्र्यांची टोळी पुन्हा शिळेपाशी आली तेव्हा मात्र मी मनाचा निर्धारच केला. माझं जे काही व्हायचं असेल ते होवो, मी शस्त्रं बनवणारच. सकाळी उठून मी त्याच कामाला लागले. मात्र मनातून मी फार घाबरले होते.

एखाद्या सी-एलिफंटचा सुळा भाल्याचं टोक म्हणून वापरावा अशी माझी इच्छा होती. कारण एक तर तो टणक असतो आणि दुसरं म्हणजे हव्या तशा आकाराचा असतो. सध्या मी जिथे राहात होते, त्या जागेपासून जवळच किनाऱ्यावर असे बरेच सी-एलिफंट असायचे; पण त्यातल्या एखाद्याला मारण्यासाठी माझ्याजवळ शस्त्र कुठे होतं? बुल केल्प*पासून बनवलेल्या चिवट, मजबूत जाळ्याच्या साहाय्यानं आमच्या जमातीतले पुरुष बहुधा त्यांची शिकार करायचे. एखादा सी-एलिफंट झोपला असताना त्याच्यावर जाळं टाकून ते त्याला पकडायचे. पण हे काम एकट्या-दुकट्याचं नव्हतं. त्याला कमीत कमी तीन माणसं लागायची आणि तरीही तो सी-एलिफंट बऱ्याचदा समुद्रात ते जाळं ओढत न्यायचा आणि निसटून जायचा.

त्याऐवजी मी एका झाडाचं मूळ वापरलं. त्याला एका टोकाचा आकार दिला आणि आगीत टाकून ते कडक केलं. ते मी एका बाणाच्या लांब दांड्याला बांधलं. एका सीलला* दगडाने मारून त्याचे हिरवे अस्थिबंध या कामासाठी वापरले.

तीरकमठा बनवायला मात्र मला फार त्रास झाला. वेळही खूप लागला. माझ्याकडे एक प्रत्यंचा होती; पण वाकणारे आणि त्याचवेळी चिवटपणा असणारे, तसेच सहजासहजी न तुटणारे लाकूड मिळण्याचीच मारामार होती. कित्येक दिवस घळींमधून पायपीट केल्यानंतर कुठे मला तसं लाकूड एकदाचं मिळालं! आमच्या या बेटावर वृक्ष अभावानेच आढळत. त्या मानाने बाणांसाठी लाकूड शोधणं सोपं होतं, तितकंच सोपं होतं टोकांसाठी दगड आणि बाणाच्या दांड्यांच्या शेपट्यांना लावण्यासाठी पिसं शोधणं!

---

* बुल केल्प : केल्प वनस्पतीमधला नर.

* सील : या जलचर प्राण्याला मऊ, केसाळ कातडी असते. लोकरीसाठी त्याची शिकार करतात.

परंतु या वस्तू गोळा करणं एवढीच काही एकमेव समस्या नव्हती. मी शस्त्रं बनवताना पाहिली होती, पण त्याविषयीचं माझं ज्ञान फारच तुटपुंज होतं. हिवाळ्याच्या रात्री झोपडीत बसून दांड्यांसाठी लाकूड तासताना, टोकांसाठी दगडाचे कपचे काढताना आणि पिसं बांधताना मी माझ्या बाबांना पाहिलं होतं, त्यांचं निरीक्षण केलं होतं, आणि तरीही वास्तविक काहीच पाहिलं नव्हतं. तेव्हा कुठे कल्पना होती की, एक दिवस आपल्यालाही हे काम करावं लागणार आहे? तशी दृष्टीच तेव्हा माझ्याकडे नव्हती.

त्यामुळे माझ्या उपयोगी पडतील असे धनुष्य-बाण घडवायला मला खूप दिवस लागले आणि बऱ्याचदा अपयशही आलं. परंतु, शेवटी माझ्या प्रयत्नांना यश आलं.

आता मी जिथे कुठे जायचे, मग ते शेलफिश गोळा करण्यासाठी किनाऱ्यावर जाणं असो किंवा पाणी आणायला घळीत जाणं असो ते शस्त्रं सदैव माझ्या पाठीवर भात्यात टाकून मी फिरू लागले. तीरकमठ्याचा आणि भाल्याचाही मी सराव केला.

मी ही शस्त्रं बनवत असताना कुत्र्यांची टोळी माझ्या मुक्कामाकडे फिरकली नाही. पण दररोज रात्री मला त्यांचं केकाटणं ऐकू यायचं.

एकदा शस्त्रं बनवून झाल्यावर, मी त्या टोळीच्या म्होरक्याला पाहिलं. तोच तो करड्या केसांचा, पिवळ्या डोळ्यांचा. ब्रशच्या झुडपांतून तो माझ्याकडे बघत होता. मी पाणी आणायला घळीकडे गेले होते आणि तो खाली माझ्याकडे बघत झऱ्याच्या वर असलेल्या टेकडीवर उभा होता, अगदी स्तब्ध उभा होता. चोला* झुडपांच्या मधून त्याचं फक्त डोकंच दिसत होतं. पण तो माझ्यापासून इतका लांब होता की बाणाने त्याला टिपणं अशक्यच होतं.

दिवसा मी कुठेही गेले तरी मला आता माझ्या नव्या शस्त्रांची सोबत असल्यानं सुरक्षित वाटू लागलं आणि ज्या रानटी कुत्र्यांनी रॅमोला ठार मारलं होतं, त्यांचा सूड घ्यायची संधी कधी मिळते त्याची मी शांतपणे वाट पाहू लागले. गुहेतल्या त्यांच्या लपण्याच्या जागेकडे मी काही फिरकले नाही. कारण मला पक्की खातरी होती, ते माझ्या मुक्कामाकडे

---

* चोला बुश : स्थानिक अमेरिकन झुडूप.

येणार... तेही लवकरच! तरीसुद्धा प्रत्येक रात्री मी त्या शिळेवर चढून झोपत असे.

माझी तिथली पहिली रात्र मात्र तितकी सुखावह नव्हती, कारण शिळा खडबडीत होती. त्यामुळे त्या रात्रीनंतर मी किनाऱ्यावरून वाळलेली सी-वीड आणली आणि स्वत:साठी त्याची शय्या तयार केली.

भूशिरावरची ती जागा राहण्याच्या दृष्टीने सुखावह होती. डोक्यावर तारे तेजाने चमकायचे आणि मी त्यांना बघत पडून राहायचे. माझ्या परिचयाचे तारे मोजायचे आणि जे मला अपरिचित होते, अशा असंख्य ताऱ्यांना नावं द्यायचे.

सकाळ झाली की, सी-गल त्यांच्या घरट्यातून बाहेर पडायचे आणि आकाशात उडायचे. ही घरटी कड्यावरच्या फटींमध्ये केलेली होती. गोल घिरट्या घालून ते टाइड पूलवर उतरायचे, तिथे पहिल्यांदा एका पायावर आणि नंतर दुसऱ्या पायावर उभे राहायचे. अंगावर पाणी उडवायचे आणि आपल्या बाकदार चोचींनी आपली पिसं साफ करत बसायचे. नंतर ते अन्नाच्या शोधार्थ उडत-उडत किनाऱ्यावर यायचे. केल्पच्या गालिच्यापलीकडे पेलिकन्सची शिकार एव्हाना भरात आलेली असायची. त्या स्वच्छ, नितळ पाण्यावरून ते उंच भराऱ्या घेत असत आणि एखादा मासा दिसला रे दिसला की, सरळ सूर मारत. त्या वेळी त्यांच्या उसळीने समुद्राचं पाणी इतकं जोरात उडायचं की, त्याचा आवाज मला इथपर्यंत ऐकू यायचा.

केल्पच्या जाळीमध्ये शिकार करणारे ऑटर्सही मला दिसायचे. ॲल्यूट्स निघून गेल्यावर थोड्याच दिवसांत हे लाजाळू, इटुकले प्राणी परतून आले होते आणि आता त्यांची संख्या पूर्वीइतकीच झाल्यासारखी दिसत होती. नुकताच सूर्योदय झालेला असायचा आणि त्याची किरणं त्यांच्या तकतकीत त्वचेवर पडून ती सोन्यासारखी झळाळून उठून दिसायची.

आणि तरीसुद्धा, त्या तिथे उंच शिळेवर पहुडलेली असताना, ताऱ्यांकडे बघत असताना, मनात कायम विचार असायचा तो गोऱ्या लोकांच्या मालकीच्या त्या जहाजाचा. पहाटे, जेव्हा समुद्रावर प्रकाश पसरायचा, तेव्हा माझी पहिली नजर जायची ती कॉरल कोव्हच्या त्या

चिमुकल्या बंदराकडे. दररोज सकाळी मी तिथे जहाज आलं आहे का बघायचे. मनात वेडी आशा असायची की, कदाचित ते रात्रीच तिथे आलं असेल! पण दररोज सकाळी समुद्रावरून उडणाऱ्या पक्ष्यांखेरीज मला तिथे काहीच दिसायचं नाही!

गालाज-ॲट जेव्हा गजबजतं होतं, नांदत होतं; तेव्हा मी नेहमीच सूर्योदयापूर्वी उठायचे आणि या ना त्या कामात गर्क असायचे. पण आता फारसं कामच नसल्यानं मी सूर्य वर येईपर्यंत शिळेवरून खाली उतरायचेच नाही. जेवण झालं की, झऱ्यावर जायचे. त्याच्या ऊबदार पाण्यात अंघोळ करायचे. नंतर किनाऱ्यावर जाऊन काही ॲबेलॉन्स गोळा करायचे. रात्रीच्या जेवणासाठी एखादा मासा भाल्यानं पकडायचे. अंधार पडायच्या आत पुन्हा शिळेवर चढायचे आणि समुद्राकडे बघत बसायचे. रात्रीच्या काळोखात तो हळूहळू दिसेनासा होईपर्यंत मी उठायचे नाही!

पण जहाज आलंच नाही; अशा तऱ्हेने हिवाळा सरला आणि वसंत ऋतूही!

दहा

‘**आ**यलंड ऑफ द ब्ल्यू डॉल्फिन्स’*वरील सर्वोत्कृष्ट काळ असतो; तो उन्हाळ्यामधला. सूर्यकिरणे तेव्हा उबदार असतात आणि पश्चिमेकडून, क्वचित दक्षिणेकडून येणारे वारे सौम्य असतात.

त्याच दिवसांमध्ये कधीतरी जहाज येण्याची शक्यता होती आणि त्यामुळे मी दिवसभरातला बराचसा वेळ आता त्या शिळेवर घालवत होते. त्या उंचावरल्या भूशिरावरून मी बघत राहायची; त्या दिशेकडे! जिथे माझी माणसं अथांग सागर पार करून गेली होती; त्या देशाकडे!

एकदा अशीच मी बघत होते, तेव्हा मला एक लहानशी आकृती दिसली. मला ते जहाजच वाटलं; पण त्यातून पाण्याचा जोरदार फवारा उडाला आणि माझ्या लक्षात आलं की, तो देवमाशाने उडवलेला फवारा होता. उन्हाळ्याच्या त्या कालावधीत मला दुसरं काही दिसलं नाही.

पण हिवाळ्यामधल्या पहिल्या वादळाने माझ्या आशा संपुष्टात आल्या. गोऱ्या लोकांचं जहाज माझ्यासाठी येणारच असतं, तर ते हवा चांगली असतानाच आलं असतं! आता मला हिवाळा संपेतोवर थांबावं लागणार, कदाचित त्याहूनही जास्त.

दररोज सूर्य समुद्रातून वर येत होता आणि सावकाश समुद्रात बुडत होता. इतके दिवस मी या बेटावर एकटी आहे या विचाराने, एकटेपणाच्या क्रूर जाणिवेने माझं मन उदास होतं. या आधी मला इतकं एकटं कधीच वाटलं नव्हतं. कारण ‘मातासिपने सांगितलं आहे जहाज परत येणार, म्हणजे ते येणारच,’ अशी मला खातरी होती, पण आता मी निराश

* आयलंड ऑफ द ब्ल्यू डॉल्फिन्स : निळ्या डॉल्फिन्सचे बेट.

झाले होते. आता मी खरंच एकाकी झाले होते. अगदी एकटी! मला जेवणही धड जात नव्हतं. झोपही नीट लागत नव्हती, लागलीच तर झोपेत भयानक स्वप्नं पडायची.

ते वादळ उत्तरेकडून सरकत आलं होतं. बेटावर महाकाय लाटा आदळत होत्या, वारे इतके जोराने वाहात होते की, मला त्या शिळेवर राहाणं अशक्य झालं. मी माझा बिछाना शिळेच्या पायथ्याशी हालवला आणि संरक्षणासाठी रात्रभर शेकोटी पेटवून झोपले. मी तिथे एकूण पाच दिवस झोपले. पहिल्या रात्री ते कुत्रे आले आणि शेकोटीची धग लागणार नाही, अशा बेताने शेकोटीच्या रिंगणाच्या बाहेर उभे राहिले. त्यातल्या तिघांना मी बाणाने टिपलं. पण त्यांचा नेता वाचला. ते पुन्हा आले नाहीत.

सहाव्या दिवशी वादळ ओसरलं होतं. जिथे पडाव लपवून ठेवले होते, त्या ठिकाणी मी गेले. कड्यावरून खाली गडगडत आले. ही किनाऱ्यावरची जागा वाऱ्यापासून संरक्षित होती. ते पडाव जसे ठेवले होते, तशाच अवस्थेत मला मिळाले. त्यातलं सुकट अजूनही चांगलं होतं. पाणी फक्त शिळं झालं होतं. म्हणून मी पुन्हा झऱ्याकडे गेले, ताज्या पाण्यानं एक टोपली भरून आणली.

त्या वादळी दिवसांमध्ये मी मनाशी ठरवून टाकलं होतं की, एक पडाव घ्यायचा आणि पूर्वेला वसलेल्या त्या देशात जायचं. जहाज दृष्टीस पडण्याची शक्यता ऐवीतेवी मावळलीच होती. जाण्यापूर्वी किमकीने कसा त्यांच्या पूर्वजांचा सल्ला घेतला होता, ते मला आठवलं. इतिहासकाळात कितीतरी युगांपूर्वी ते त्या देशातून इकडे आले होते, या बेटावर! आणि त्याचप्रमाणे त्यानं झुमाचाही सल्ला घेतला होता. वाऱ्यावर आणि सागरावर सत्ता गाजवणारे झुमा एक वैद्यराज होते. पण या गोष्टी मला अवगत नव्हत्या किंवा असं म्हणू या की, मी अवगत करू शकले नाही. कारण ॲल्यूट्सनी झुमाला ठार मारलं होतं आणि माझ्या आजवरच्या आयुष्यात मी कधीच मृतांशी संपर्क साधू शकले नव्हते, मात्र तसा प्रयत्न मी खूप वेळा केला होता.

तरीसुद्धा मी ठामपणे सांगू नाही शकत की, त्या तिथे किनाऱ्यावर उभी असताना मला खरोखर भीती वाटत होती म्हणून. मला कल्पना होती, माझ्या पूर्वजांनी त्यांच्या पडावात बसून समुद्र ओलांडला होता...

ते तिकडूनच, त्या पलीकडच्या देशातून आले होते. किमकीनेही समुद्र पार केला होता. मी काही या पुरुषांइतकी नौकावहनात कुशल नव्हते. पण इतकं मात्र मी नक्की सांगू शकते की, त्या अथांग सागरात काहीही आपत्ती माझ्यावर कोसळली, तरी मी डगमगणारी नव्हते. घर नाही, सोबती नाहीत, अशा निर्जन बेटावर एकाकी आयुष्य कंठणे, रानटी कुत्रे सतत मागावर असणे आणि जिथली प्रत्येक गोष्ट मला मेलेल्यांची अथवा जे जहाजात बसून दूर निघून गेले त्यांची सतत आठवण करून देत होती; अशा सगळ्या वेदनांपुढे त्या सागरात उद्‌भवणारी वादळं काहीच नव्हते.

कड्याजवळ ठेवलेल्या त्या चार पडावांपैकी मी सर्वांत लहान पडाव निवडला. सर्वांत लहान खरा, पण तोही वजनाने हलका नव्हताच. कारण त्याच्यात सहा जण बसू शकत होते. आता माझ्यासमोर आव्हान होतं, ते तो पडाव खडकाळ किनाऱ्यावरून कसा ढकलत न्यायचा आणि पाण्यात कसा लोटायचा? त्यासाठी त्याच्या लांबीच्या चार ते पाच पट अंतर मला कापावं लागणार होतं.

तेव्हा पहिल्यांदा पडावाच्या मार्गात येणारे सर्व मोठे खडक मी बाजूला केले. नंतर मार्गातले सर्व खड्डे दगड-गोट्यांनी भरून टाकले. नंतर या वाटेवर केल्प वनस्पतींचे लांब-लांब पट्टे टाकून हा रस्ता निसरडा केला. हा किनारा उंच चढणीचा होता. त्यामुळे मला तो पडाव त्याच्या स्वत:च्याच वजनाने गतिमान करणं जमल्यावर तो त्या वाटेवरून घसरत खाली येऊ लागला आणि पाण्यात पडला.

मी जेव्हा किनारा सोडला तेव्हा सूर्य पश्चिमेस झुकला होता. उंच कड्यांमागे दिसणारा समुद्र शांत होता. दोन पातींचं वल्हं मारत मी झपझप बेटाचा दक्षिण किनारा जवळ ठेवून पडाव नेला. सँडबारजवळ पोहोचते न पोहोचते तोच वारा वाहू लागला. मी पडावाच्या मागच्या बाजूने वल्हवत होते, कारण त्या भागात गुडघ्यावर बसून आपण वल्हं मारलं, तर अधिक वेगाने जाऊ शकतो. पण त्या वाऱ्यात पडाव वल्हवणं मला कठीण जाऊ लागलं.

मग मी पडावाच्या मध्यभागी, गुडघे टेकून जोरजोरात वल्हं मारू लागले आणि सँडबारच्या आवतीभोवती वेगाने धावणाऱ्या भरतीच्या लाटा पार केल्यावरच थांबले. तिथे छोट्या-छोट्या लाटा उठत होत्या

आणि मी थोड्याच वेळात भिजून गेले. पण सँडबारच्या मागून मी बाहेर आले, तसे उडणारे तुषार कमी झाले आणि लाटा महाकाय आणि गंभीर नाद करणाऱ्या होत गेल्या. त्यांच्या उताराच्या दिशेने जाणं मला कितीतरी सोपं झालं असतं, पण मी मात्र भलत्याच दिशेला भरकटले असते. म्हणून मी त्या लाटा आणि ते बेट माझ्या डावीकडे राहातील असं बघितलं. मागे पडलेलं ते बेट आता लहान होत चाललं होतं.

तिन्हीसांजा झाल्या. मी मागे वळून बघितलं. 'आयलंड ऑफ द ब्ल्यू डॉल्फिन्स' अदृश्य झालं होतं. पहिल्यांदाच मला भीती वाटली.

आता माझ्या आवतीभोवती फक्त पाण्याच्या टेकड्या आणि पाण्याच्याच दऱ्या होत्या. दरीत गेले की, मला काहीच दिसायचं नाही आणि नाव लाटांमधून बाहेर आली की, दिसायचा फक्त दूरदूर क्षितिजापर्यंत पसरलेला अथांग महासागर!... बस्स!

रात्र झाली आणि मी टोपलीतलं पाणी प्यायले. त्या पाण्यानं माझ्या घशाला थोडा थंडावा मिळाला.

समुद्राने एव्हाना काळा रंग धारण केला होता आणि आता समुद्र व आकाश एकाकार झाले होते. लाटांचा स्वत:चा असा आवाज येत नव्हता. फक्त पडावाखालून जाताना किंवा पडावावर आदळत असताना येईल तितकाच मंद आवाज. कधीकधी तो आवाज रागीट वाटायचा, तर कधी हसणाऱ्या माणसांसारखा. भीतिपोटी माझी भूकही मरून गेली होती.

आकाशात उगवलेल्या पहिल्या ताऱ्याच्या दर्शनाने माझी भीती थोडी कमी झाली. आकाशात तो कितीतरी खाली आला होता आणि माझ्यासमोर, पूर्वेला होता. नंतर नभोमंडळात इतरही तारे चमकू लागले. पण माझी नजर याच ताऱ्यावर खिळली होती. आम्ही ज्याला सर्प म्हणतो; तसा सर्पाकृती होता तो आणि माझ्या परिचयाचा. त्याचं तेज हिरव्या रंगाचं असून अधूनमधून तो धुक्याच्या पडद्याआड लपायचा, परंतु जेव्हा बाहेर यायचा तेव्हा पुन्हा तेजाने तळपू लागायचा.

या ताऱ्याचं मार्गदर्शन नसतं, तर मी या अफाट सागरात मार्ग चुकलेच असते. कारण लाटांमध्ये काही बदल नव्हता. त्या एकाच दिशेकडून येत होत्या आणि अशा प्रकारे मला जिथे जायचं होतं, त्या स्थानाच्या अगदी विरुद्ध दिशेला मला त्या ढकलत होत्या. या कारणाने

माझ्या पडावाच्या गतीत बाधा येत होती आणि त्या काळ्या पाण्यामध्ये सर्पाकृती रेखा उमटत होती. पण तरीही कशीबशी त्या पूर्वेला चमकणाऱ्या ताऱ्याच्या दिशेने मी मार्गक्रमण करत राहिले.

हा तारा आता आकाशात वर चढला, तेव्हा मी ध्रुवतारा माझ्या डाव्या बाजूला ठेवून पुढे जाऊ लागले. "असा तारा, जो कधीही त्याच्या स्थानापासून ढळत नाही." वारा शांत झाला. अर्धी रात्र उलटून गेल्यावर तो तसा नेहमीच पडतो, त्यामुळे मी कितीतरी प्रवास करते आहे आणि पहाट व्हायला किती अवकाश आहे; हे मला समजलं.

एव्हाना माझ्या लक्षात आलं की, पडावाला कुठेतरी छिद्र पडलं होतं आणि त्यातून पाणी आत येत होतं. काळोख पडण्यापूर्वी मी अन्नपदार्थ ठेवलेली एक टोपली रिकामी केली होती. ती पडावाच्या आजूबाजूने आत येणारं पाणी उपसून बाहेर टाकण्यासाठी वापरली होती. पण आता माझ्या गुडघ्यांभोवती फिरणारं पाणी लाटांचं नव्हतं. मी वल्हवणं थांबवलं आणि पडावाचा तळ जवळपास कोरडा होईपर्यंत टोपलीने पाणी उपसत राहिले. नंतर मी बारकाईने शोध घेतला, काळोखात त्या गुळगुळीत झालेल्या फळ्यांवरून हाताने चाचपडत राहिले आणि ती जागा मला सापडली. पडावाच्या पुढील भागाजवळ, नाळेजवळ माझ्या हाताएवढं लांब आणि बोटाएवढं रुंद भगदाड पडलं होतं; आणि तिथून पाणी आत शिरत होतं. बहुतेक वेळा ते भगदाड समुद्राच्या पृष्ठभागाच्या बाहेर असायचं; पण पडाव जेव्हा लाटांवरून पुढे उतरत जायचा तेव्हा पाणी त्यातून आत घुसायचं.

दोन फळ्यांमधल्या फटी मी काळ्या डांबराने आधीच बुजवल्या होत्या. आम्ही हे डांबर किनाऱ्यावरून गोळा करतो. पण ते आत्ता माझ्याजवळ नव्हतं. मी माझा स्कर्ट फाडून त्याची चिंधी त्या फटीत दाबून घातली. त्यामुळे पाणी येणं बंद झालं.

पहाट झाली तेव्हा आभाळ स्वच्छ, निरभ्र होतं. लाटांमधून जेव्हा सूर्य बाहेर आला तेव्हा मला दिसलं की, तो माझ्या डाव्या हाताला, खूप दूर दिसत होता. रात्री कधीतरी माझी दिशाभूल झाली होती आणि मी जिथे जाऊ इच्छित होते, त्याच्या दक्षिणेला पडाव भरकटला होता म्हणून मी दिशा बदलली आणि उगवत्या सूर्याच्या प्रकाशकिरणांनी पाण्यावर उगवलेल्या मार्गावरून पुढे जाऊ लागले.

त्या दिवशी सकाळी वारा नव्हता आणि त्या लांबच लांब लाटा निमूटपणे माझ्या नावेखालून जात होत्या. त्यामुळे रात्रीपेक्षा आता मला अधिक वेगाने जाता आलं.

मी फार दमले होते. पण बेट सोडल्यापासून नव्हती, इतकी आशा आता मला वाटत होती. हवा अशी चांगली राहिली, तर काळोख पडायच्या आत मी बरंचसं अंतर पार केलेलं असेल. अजून एक दिवस आणि एक रात्र. त्यानंतर मी जिथे जायला निघाले होते, तो किनारा कदाचित माझ्या दृष्टिपथात आला असता.

पहाट झाली आणि थोड्याच वेळात नावेतून पुन्हा पाणी आत शिरू लागलं. माझ्या मनात त्या वेळी त्या अज्ञात प्रदेशाचेच विचार रुंजी घालत होते. कसा असेल तो प्रदेश? ही फट त्याच फळ्यांमध्ये पडली होती, पण अधिक मोठी होती आणि मी जिथे गुडघे टेकून बसले होते; तिथून जवळच होती.

माझा स्कर्ट फाडून मी जी चिंधी त्या फटीत खुपसली होती, तिने आत येणारं बरंचसं पाणी अडवून धरलं होतं. जेव्हा-जेव्हा पडाव उंच उठायचा आणि लाटांबरोबर खाली उतरायचा तेव्हाच पाणी यायचं. तरीसुद्धा, मला दिसत होतं की, पडावाच्या त्या फळ्या एका टोकापासून दुसऱ्या टोकापर्यंत कमकुवत झाल्या होत्या, पडाव इतके दिवस उन्हात ठेवून दिल्यामुळे असेल कदाचित! आणि लाटा जर अक्राळ-विक्राळ झाल्या तर फळ्या कदाचित पूर्णपणे निखळूही शकतील.

आणि अचानक मला स्पष्ट जाणवलं की, अशा स्थितीत पुढे जाणं धोक्याचं होतं. त्या जलप्रवासाला कदाचित दोन दिवस लागतील किंवा दोनहून जास्त दिवसही लागू शकतात. बेटाकडे परत फिरायचं, तर मला इतका दूरचा पल्ला तरी गाठावा लागणार नाही!

तरीपण तसं करण्यास मनाची तयारी होत नव्हती. समुद्र शांत होता आणि मी इतक्या दूरवर आले होते. माझी द्विधा मन:स्थिती झाली होती. इतकी मेहनत केल्यावर परत जायचं, हा विचारच मला सहन होत नव्हता. त्याहून नकोसा विचार होता; तो त्या निर्जन बेटावर मला परत जावं लागणार याचा. तिथे एकाकी आयुष्य कंठायचं आणि विस्मरणात जायचं. किती दिवस अन् किती रात्री?

विचारांचं मंथन चालू असताना नाव संथपणे त्या प्रशांत महासागरात

प्रवाहाबरोबर वाहात चालली होती. पण जेव्हा पाणी त्या फटीतून पुन्हा आतमध्ये शिरू लागलं आहे हे माझ्या लक्षात आलं, तेव्हा मी वल्हं उचललं. मागे वळून बेटाकडे परत जाण्याखेरीज दुसरा पर्यायच माझ्याकडे राहिला नव्हता.

मला माहिती होतं की, केवळ दैव बलवत्तर असेल तरच मी तिथवर पोहोचू शकेन.

सूर्य डोक्यावर येईपर्यंत वारा पडलेला होता. तोपर्यंत मी बरंचसं अंतर कापलं होतं. पडावातून पाणी उपसणं आवश्यक असेल, तेव्हाच मी थोडी थांबत असे. वारा वाहू लागला आणि मी अधिकच संथपणे जाऊ लागले. आता पाणी सर्व बाजूंनी सांडत होतं, त्यामुळे मला बऱ्याचदा थांबावं लागत होतं. पण नशिबाने गळतीचं प्रमाण वाढलं नाही.

माझ्यासाठी हे पहिलं सुचिन्ह होतं. दुसरं सुचिन्ह म्हणजे पाण्यात एक डॉल्फिन्सचा थवा एकाएकी प्रकट झाला. पश्चिमेकडून ते पोहत आले. पण माझा पडाव पाहिल्यावर ते मोठ्ठा गोलाकार करून मागे वळले आणि माझ्या मागोमाग येऊ लागले. ते सावकाश, संथपणे आणि इतके जवळून पोहत होते की, मला त्यांचे डोळे दिसत होते. टपोरे आणि सागराच्या रंगाचे गहिरे डोळे. नंतर ते पडावाच्या पुढे येऊन पोहू लागले. इकडून-तिकडे पडावाच्या समोर जाऊ लागले. मधूनच ते पाण्यात सूर मारत, मधूनच बाहेर येत; जणूकाही आपल्या तोटीप्रमाणे पुढे आलेल्या रुंद नाकांनी ते कसलंसं वस्त्र विणत होते.

डॉल्फिनचं दर्शन होणं, हा शुभशकून मानला जातो. माझ्या पडावाच्या आवतीभोवती ते बागडत असताना मला खूप मजा वाटत होती. वल्हं मारून-मारून माझ्या हातातून रक्त यायला लागलं होतं; तरीसुद्धा त्यांच्या या जलक्रीडा बघताना मला माझी वेदना विसरायला होत होती. ते दिसण्यापूर्वी मला फार एकटं-एकटं वाटत होतं. पण आता मला वाटू लागलं की, माझ्याबरोबर माझे सवंगडी आहेत, त्यामुळे मला एकाकी वाटेनासं झालं.

तिन्हीसांजा व्हायच्या अगोदर काही क्षण ब्ल्यू डॉल्फिन्स मला सोडून निघून गेले. जितक्या वेगाने ते आले होते, तितक्याच वेगाने! ते पश्चिम दिशेला गेले, पण बराच वेळ त्यांच्या अंगावर पडून चमकत

असलेली सूर्याची अंतिम किरणं मला दिसत होती. रात्र झाली तरी माझ्या मनश्चक्षूंसमोर ते येत होते. आणि याच एका गोष्टीमुळे मी वल्हं मारत राहिले, पुढे जात राहिले. खरं तर मला त्या क्षणी आडवं पडून झोपावंसं वाटत होतं.

मी माझ्या घरी परत आले, ती अन्य कोणत्याही कारणापेक्षा ब्ल्यू डॉल्फिन्समुळे जास्त!

रात्रीबरोबर धुकंही उतरलं. पण वेळोवेळी मला पश्चिमेला आकाशात उंच तळपणारा तो तारा दिसत होता. 'मॅगाट' नावाचा तांबड्या रंगाचा तारा. तो क्रॉफिश*सारखा दिसतो आणि म्हणून तो त्याच नावाने ओळखला जातो. फळ्यांमधली फट आता अधिकच रुंदावली होती. मला सारखं थांबून ती कापडाच्या बोळ्यानं बुजवावी लागत होती आणि पाणी उपसून काढावं लागत होतं.

कालच्या रात्रीपेक्षाही ती रात्र प्रदीर्घ होती. पडावात मी तिथे गुडघ्यांवर बसलेली असताना मला दोनदा डुलकी लागली. मात्र या आधी कधीच नाही; इतकी मी आत्ता घाबरले होते. पण सकाळ झाली; स्वच्छ, निरभ्र सकाळ. माझ्यासमोर दिसत होती, ती बेटाची अंधूक रेखा. एखाद्या महाकाय माशाने सूर्यस्नान घेत समुद्रावर पहुडावं तसा त्याचा आकार दिसत होता.

सूर्य डोक्यावर यायच्या आतच मी तिथे पोहोचले. सँडबार आणि तिथल्या भरतीच्या लाटांनी मला किनाऱ्याजवळील पाण्यात आणून सोडलं. गुडघ्यांवर इतके तास बसल्यानं माझे पाय कडक झाले होते आणि पडाव वाळूवर आदळल्यावर मी उठायचा प्रयत्न केला, तेव्हा धपकन कोसळलेच. मग त्या उथळ पाण्यातून सरपटत मी एकदाची किनाऱ्यावर आले. तिथे मी बराच वेळ पडून राहिले. आनंदाने मी त्या वाळूला आलिंगन दिलं होतं.

मी इतकी दमले होते की, त्या रानटी कुत्र्यांचा विचारही माझ्या डोक्यात आला नाही. बघता-बघता मला गाढ झोप लागली.

---

* क्रॉफिश : गोड्या पाण्यातला खेकडा.

अकरा

माझ्या पायांवर येऊन आदळणाऱ्या, माझे पाय ओढू पाहाणाऱ्या लाटांनी मला जाग आली, तेव्हा रात्र झाली होती. पण मला इतका कमालीचा थकवा आला होता की, सँडबार सोडून पुढे जाण्याचं त्राणही अंगात नव्हतं. म्हणून मी एका उंच जागी सरपटत गेले. इथे निदान भरतीच्या लाटांपासून मी सुरक्षित असणार होते. मी पुन्हा झोपून गेले.

सकाळ झाली. थोड्याच अंतरावर मला माझा पडाव दिसला. मी टोपल्या, माझा भाला, तीरकमठा सगळं घेतलं आणि पडाव उघडा करून ठेवला, जेणेकरून भरतीच्या लाटा त्याला समुद्रात ओढून नेणार नाहीत. नंतर मी पुन्हा भूशिरावर चढून गेले, माझ्या आधीच्याच मुक्कामी!

तिथे त्या उंच शिळेवर उभं राहून खाली बघताना मला वाटत होतं, किती दिवस आपण इथे नव्हतो! घरी येण्याचा मला आनंद झाला होता. केल्पच्या गालिच्यावर जलविहार करणारे ऑटर्स, बंदराचं रक्षण करणाऱ्या त्या दोन खडकांभोवती उठणारी फेसाची वर्तुळं, उडणारे सी-गल्स, सँडबारला मागे टाकून पुढे धावणाऱ्या भरतीच्या लाटा, ही सारी दृश्यं पाहून माझं मन आनंदाने भरून गेलं.

आपल्या मनात असे विचार येत आहेत, हे पाहून खरं तर माझंच मला नवल वाटलं. कारण थोड्याच दिवसांपूर्वी मी याच शिळेवर उभी राहिले होते आणि तेव्हा मला वाटत होतं, इथे आपण यापुढे एकही दिवस काढू नाही शकणार.

दूरवर अथांग पसरलेलं ते निळं-निळं पाणी मी पाहिलं आणि

जलप्रवासात वाटलेली सगळी भीती पुन्हा एकदा मनात दाटून आली. सकाळी जाग आल्यावर प्रथम हे बेट नजरेस पडलं, तेव्हा ते मला एखाद्या सूर्यस्नान करणाऱ्या विशाल मत्स्यासमान भासलं होतं. तेव्हा मनात विचार आला होता, मी एक दिवस पडाव दुरुस्त करेन, आणि या सागरापल्याड असलेल्या त्या देशाच्या शोधात पुन्हा एकदा बाहेर पडेन. पण आता मला कळून चुकलं होतं, यापुढे आपण कधीच जाऊ शकणार नाही.

'आयलंड ऑफ द ब्ल्यू डॉल्फिन्स' हेच आता माझं घर होतं. मला दुसरं घर नव्हतं आणि गोरे लोक त्यांच्या जहाजात बसून परत येईपर्यंत, यापुढं हेच माझं गाव असणार होतं. पण समजा ते लवकर आले, पुढचा उन्हाळा येण्याआधी; तरी मी तोपर्यंत डोक्यावर छप्पर नाही, अन्न साठवायला जागा नाही... अशा अवस्थेत कशी जिवंत राहाणार होते? मला एक घर बांधायलाच हवं होतं, पण कुठे?

त्या रात्री मी त्या शिळेवरच झोपले आणि दुसऱ्या दिवसापासून जागेचा शोध घ्यायला सुरुवात केली. ती सकाळ स्वच्छ होती. पण उत्तरेला मेघांचे पुंजके खाली आले होते. उत्तरेकडून इकडे बेटावर यायला त्यांना फार वेळ लागला नसता आणि त्यांच्यामागून कितीतरी वादळं घोंघावत आली असती. माझ्याकडे व्यर्थ दवडायला वेळ नव्हता.

मला अशी एक जागा हवी होती, जी वाऱ्यापासून संरक्षित असेल, कॉरल कोव्हपासून फार लांब नसेल आणि एका छानशा झऱ्याच्या जवळ असेल. बेटावर अशा दोन जागा होत्या – एक भूशिरावर आणि दुसरी पश्चिमेला तीन-चार मैलांपेक्षा कमी अंतरावर. या दोन्ही जागांपैकी भूशिरावरील जागा मला अधिक सोयीची वाटत होती. पण त्या दुसऱ्या जागेकडे मी कित्येक दिवसांत फिरकले नव्हते. म्हणून मी ठरवलं, तिकडे जावं आणि खातरी करून घ्यावी.

तिथे गेल्यावर मला एक गोष्ट आढळली. ती अशी की, ही जागा रानटी कुत्र्यांच्या लपायच्या जागेपासून अगदी जवळ होती, जे मी विसरलेच होते. मी त्या जागेच्या जवळ पोहोचायचाच अवकाश, त्या टोळीचा म्होरक्या गुहेच्या तोंडाशी आला आणि त्याच्या पिवळ्या डोळ्यांनी मला न्याहाळू लागला. इथे जर झोपडी बांधायची असेल, तर पहिल्यांदा मला त्याला आणि त्याच्या कळपाला ठार मारावं लागणार.

काही का असेना, मी तसा बेतही केला. पण तो अमलात आणायला बराच काळ जावा लागला असता.

भूशिरावरच्या त्या जवळच्या झऱ्यापेक्षा हा झरा अधिक चांगला होता. कमी खारट पाण्याचा आणि शिवाय इथला प्रवाह अधिक स्थिर होता. याखेरीज तिथे पोहोचणंही अधिक सोपं होतं. कारण तो एका टेकडीच्या अंगाने वाहात होता, भूशिरावरील त्या झऱ्यासारखा घळीतून नाही. तसंच तो कडा आणि कपार यांच्याजवळही होता. त्या कडेकपारीचा माझ्या घराला आपसूक आश्रय मिळाला असता.

इथले खडक भूशिरावरील खडकांइतके उंच नव्हते आणि त्यामुळे वाऱ्यांपासून मला तितकं संरक्षण मिळालं नसतं. तरीसुद्धा ते पुरेसे उंच होते आणि त्यावर उभी राहिले, तर मला उत्तर किनारा आणि कॉरल कोव्ह दिसू शकत होतं.

पण सी-एलिफंट्सचं सान्निध्य या भूमीवर घर बांधण्याच्या माझ्या विचारात निर्णायक ठरलं.

इथले कडे सहजपणे कोसळून त्यांचे भाग पुढे आले होते आणि त्यांचा एक रुंद कोनाडा बनला होता. भरतीच्या लाटा आत आल्या की, ही जागा अर्धवट भरून जायची. सी-एलिफंट्ससाठी ही जागा मोक्याची होती, कारण एखाद्या वादळी दिवशी ते कड्यापर्यंतचं निम्मं अंतर सरपटत चढून यायचे. हवा चांगली असेल, तर त्या दिवशी ते छोट्या-छोट्या डबक्यांमधले मासे मटकावायचे किंवा खडकांवर लोळत पडायचे.

सी-एलिफंट्समधला नर अवाढव्य असतो. तीस माणसांचं मिळून जितकं वजन होईल तितकं वजन असतं त्याचं. माद्या त्या मानाने बऱ्याच लहान असतात. पण त्यांचा कलकलाट अधिक असतो. दिवसभर त्या किंचाळत असतात, हंबरत असतात. कधीकधी तर रात्रीसुद्धा! त्यांची पिल्लंसुद्धा तशीच असतात.

त्या दिवशी सकाळी ओहोटी होती. बरेचसे प्राणी समुद्रात दूरवर गेले होते; ते लाटांवर तरंगणारे शेकडो ठिपकेच वाटत होते जणू. पण त्यांचा असा काही गोंगाट चालला होता की, एखाद्याला बहिरेपण आणेल. मी उरलेला दिवस तिथे काढला, इकडेतिकडे बघत बसले, आणि रात्री तिथेच राहिले. पहाटे जेव्हा पुन्हा कोलाहल सुरू झाला तेव्हा

मी तिथून निघाले आणि पुन्हा भूशिराकडे आले.

दक्षिणेकडे आणखीन एक जागा होती, जिथे माझं घर मला बांधता आलं असतं. ही जागा उद्ध्वस्त झालेल्या गालाज-अॅट खेड्याजवळ होती. पण तिथे मला जायचं नव्हतं, कारण तिथे गेले तर मला सोडून गेलेल्या आप्तस्वकीयांच्या आठवणी छळत राहाणार होत्या. तसंच तिथे वाऱ्याचा जोरही अधिक होता. बेटाचा मध्यवर्ती भाग व्यापून राहिलेल्या सँड-ड्यूनसवरून येणारा वारा, त्यामुळे तिथे सदैव सर्वत्र वाळू उडत असे.

त्या रात्री पाऊस पडला आणि त्याचा जोर दोन दिवस टिकला. मी शिळेच्या पायथ्याशी ब्रशच्या झुडपांपासून एक तात्पुरता निवारा बनवला. त्यामुळे पाण्यापासून माझं थोडंतरी संरक्षण झालं आणि टोपलीमधलं अन्न खाऊन मी भूक भागवू शकले. पावसामुळे मी शेकोटी पेटवू शकले नाही, त्यामुळे चांगलीच गारठले होते.

तिसऱ्या दिवशी पाऊस थांबला आणि मी बाहेर पडले. घर बांधण्यासाठी जे-जे साहित्य लागतं, त्याचा मला शोध घ्यायचा होता. तसंच मला कुंपण उभारायला खांबही हवे होते. रानटी कुत्र्यांना लवकरच मी ठार मारलं असतं, पण लाल कोल्ह्यांचं काय? बेटावर हे लाल कोल्हे बरेच होते. संख्येने इतके अमाप की, सापळे लावून किंवा बाणांनी वेधून त्यांना मारण्याची आणि त्यांच्या त्रासातून मुक्त व्हायची आशाच नव्हती. चोरी करण्यात ते वस्ताद होते. माझ्या घराला कुंपण नसतं, तर संचय केलेल्या कोणत्याच गोष्टी सुरक्षित राहिल्या नसत्या.

पाऊस पडून गेल्यामुळे ती सकाळ कशी ताजी, टवटवीत वाटत होती. टाइड पूल्सचा उग्र वास इथवर येत होता. घळीतल्या जंगली गवताचा आणि सँड-ड्यूनसवरील वाळूत उगवणाऱ्या रोपांचा गोडसर वासही येत होता. पायवाट उतरून किनाऱ्याकडे जात असताना मी गाणं गुणगुणत होते. किनाऱ्याच्या काठाकाठाने सँडबारकडे जात असतानाही ओठावर गाणं उमटत होतं. मला वाटत होतं की, तो दिवस माझ्यासाठी शुभसंकेत घेऊन येणार होता.

माझ्या नवीन घराची मुहूर्तमेढ रोवायला तो फारच छान दिवस होता.

बारा

खूप वर्षांपूर्वी सँडबारवर दोन देवमासे वाहात आले होते. त्यांची बरीचशी हाडं आमच्या माणसांनी अलंकार बनवण्यासाठी काढून घेतली होती. पण वाळूत अर्धवट पुरलेल्या त्यांच्या फासळ्या अजून शिल्लक होत्या.

या फासळ्या मी माझ्या घराच्या कुंपणासाठी वापरल्या. वाळूतून त्या एकामागून एक उकरून काढल्या आणि भूशिरावर घेऊन आले. त्या लांब आणि बाकदार होत्या. मी जेव्हा खुरप्यानं जमीन उकरून त्या फासळ्या जमिनीत रोवल्या तेव्हा त्यांची उंची माझ्यापेक्षा अधिक भरली.

या बरगड्यांची टोकं एकत्र जुळतील असं बघून मी त्या एकत्र उभ्या करून ठेवल्या. त्यामुळे त्यांना बाहेरच्या बाजूने बाक आला. आता कुणीही प्राणी त्यांच्यावर चढू शकला नसता. त्या बरगड्यांच्यामधून मी बुल केल्प वनस्पतीचे पेड गुंफले. ही वनस्पती सुकू लागल्यावर आक्रसत जाते आणि इतकी चिवट व घट्ट बनते की, सहजासहजी ओढली जात नाही. बरगड्या एकत्र बांधून टाकण्यासाठी मला सीलचे अस्थिबंध वापरता आले असते, कारण ते केल्पपेक्षा अधिक मजबूत असतात; पण रानटी श्वापदांना ते भारी आवडतात. त्यांनी कुरतडून-कुरतडून माझं कुंपण लवकरच खाली आणलं असतं. माझा खूपसा वेळ कुंपण बांधण्यात गेला. पण कुंपणाच्या एका टोकाला आणि एका अंगाला खडक आला नसता, तर मला याहून जास्त वेळ लागला असता!

मला ज्यातून सरपटत आत-बाहेर करता येईल, इतपत रुंद आणि

खोल असं एक विवर मी कुंपणाच्या खालच्या बाजूने खोदलं. त्याच्या तळाला आणि बाजूंना मी ओळीने दगड लावले. पावसाचं पाणी त्यावर पडू नये म्हणून बाहेरच्या बाजूने मी ते विवर ब्रशपासून विणलेल्या चटईने झाकून टाकलं आणि आतल्या बाजूला एक चपटा दगड लावला; जो हालवण्याइतपत ताकद माझ्या अंगी होती.

कुंपणाच्या या टोकापासून त्या टोकापर्यंत मला आठ पावलं टाकता येतील इतकी जागा आता मिळाली होती. त्यामुळे मी गोळा करून आणलेल्या आणि ज्यांचं जतन करणं मला गरजेचं वाटत होतं, अशा चीजवस्तूंचा, खाद्यपदार्थांचा संचय करण्याइतपत जागा मला मिळाली होती.

पहिल्यांदा मी कुंपण बांधलं, याचं कारण म्हणजे शिळेवर झोपणं फारच त्रासदायक होतं. तिथे फार थंडी वाजायची आणि रानटी कुत्र्यांपासून संरक्षण नसताना मी बनवलेल्या निवाऱ्यात झोपणं; हेही मला काही रुचणारं नव्हतं.

कुंपणापेक्षा जास्त वेळ घर बांधायला लागला, कारण बरेच दिवस पाऊस कोसळत होता, आणि मला हवं असलेलं विशिष्ट लाकूड बेटावर दुर्मीळ होतं.

आमच्या जमातीत एक दंतकथा होती. ती अशी – कोणे एकेकाळी आमच्या या बेटावर उंच-उंच झाडांचं बन होतं. ही फार पूर्वीची गोष्ट, जेव्हा विश्व नुकतंच उदयाला आलं होतं, 'तुमाइयोवित' आणि 'मुकात' जगावर राज्य करत होते... तेव्हाची. या दोन देवांची आपापसात बऱ्याच गोष्टींवरून भांडणं होत. 'तुमाइयोवित'ची इच्छा होती की, रयतेने मरावं, तर 'मुकात'ला मात्र तसं मुळीच वाटत नव्हतं. 'तुमाइयोवित' क्रोधाने खवळून खाली गेला, खोल-खोल पाताळात... त्याच्या चीजवस्तू घेऊन... ज्यायोगे, त्याच्या या करणीने सर्व रयतेने मरून जावं.

त्या काळात खूप उंच-उंच वृक्ष होते. पण आता घळींमध्ये थोडेसेच उरले होते, तेही खुरटे आणि वाकलेले. चांगला खांब बनवण्यासाठी उपयोगी पडेल, असं एखादं झाड मिळणं फारच कठीण होतं. मी खूप दिवस शोध घेतला... सकाळी लवकरच बाहेर पडायचे आणि रात्री घरी परतायचे. घराला योग्य असं पुरेसं लाकूड मिळेपर्यंत माझी पायपीट चालू होती.

घराच्या मागच्या बाजूला एक नैसर्गिक शिळा होती. तिचा उपयोग मी घराची मागची भिंत म्हणून करून घेतला. पुढची बाजू मात्र मी मोकळी सोडली, कारण या दिशेकडून वारा येत नव्हता. घराच्या उभारणीसाठी मी जे खांब बनवले ते समान लांबीचे होते. ते कापण्यासाठी आगीचा तसेच दगडी सुरीचा वापर केला. ही दगडी सुरी बनवायला मात्र मला बराच त्रास झाला, कारण या आधी मी असलं हत्यार कधीच बनवलं नव्हतं. प्रत्येक बाजूला जमिनीत रोवलेले चार खांब होते. आणि त्याच्या दुप्पट छपरावर! हे खांब मी सीलच्या अस्थिबंधाने एकत्र बांधून टाकले आणि स्त्रीलिंगी केल्प वनस्पतीने ते छप्पर आच्छादून टाकलं. या वनस्पतीची पाने चांगली रुंद असतात.

माझ्या घराचं काम पुरं होईपर्यंत हिवाळा अर्धा उलटून गेला होता. पण मी रात्री तिथेच झोपायचे. आता मजबूत कुंपणामुळे मला तिथे सुरक्षित वाटू लागलं होतं. मी जेवण बनवत असताना कोल्हे यायचे आणि बाहेर उभे राहून फटींमधनं बघत राहायचे. रानटी कुत्रेही यायचे. ते देवमाशांच्या फासळ्या कुरतडायचा प्रयत्न करायचे. आतमध्ये यायला मिळत नाही म्हणून गुरगुरत राहायचे.

त्यातल्या दोघांना मी टिपलं, पण त्यांचा म्होरक्या काही हाती आला नाही.

माझं घर आणि कुंपण बांधत असताना, मी शेलफिश आणि पर्च*वर गुजराण करत होते. एका सपाट दगडावर मी ते शिजवायचे. नंतर मी दोन भांडी घडवली. किनाऱ्यावर असे काही दगड होते, जे समुद्राच्या पाण्यानं झिजून गुळगुळीत झाले होते. त्यातले बरेचसे गोल गोटे होते. त्यातले दोन मी निवडले. मध्यभागी ते पोकळ झाले होते. ठोकून-ठोकून मी ते अधिक खोल केले आणि वाळूने लिंपून रुंद केले. ही भांडी मी स्वयंपाकासाठी वापरू लागले. त्यामुळे माशांचे पौष्टिक रस, जे आधी वाया जायचे, ते या भांड्यांमध्ये मला राखून ठेवता येऊ लागले.

बिया, कंदमुळं शिजवायला मी बारीक वेताची एक घट्ट टोपली विणली. हे काम अगदी सोपं होतं. कारण ती कशी विणायची हे मी

---

* पर्च – गोड्या पाण्यातील मासा.

माझ्या बहिणीकडून, उलापीकडून शिकले होते. टोपली उन्हात वाळल्यावर मी किनाऱ्यावरचे डांबराचे गोळे गोळा केले. विस्तवावर वितळवले आणि टोपलीच्या आतल्या बाजूला ते डांबर लावून टाकलं... ज्यायोगे त्यात पाणी ठेवता येईल. छोट्या-छोट्या कोयी मी तापवून घ्यायचे. टोपलीतल्या पाणी आणि बियांच्या मिश्रणात ते टाकून पेज बनवायचे.

माझ्या घराच्या जमिनीवर मी शेकोटीसाठी एक जागा केली. जमीन उखडून पोकळ केली आणि तेवढ्या भागाला बाजूंनी दगड लावले. आमच्या गालाज-अॅट खेड्यामध्ये आम्ही दररोज नवी शेकोटी पेटवायचो. पण इथे आता मी एक कायमस्वरूपी शेकोटी बनवली. झोपी जाण्यापूर्वी मी ती राखेने झाकून टाकायचे. पुढल्या रात्री ती राख काढून मी विझत चाललेले निखारे फुलवत असे. अशा प्रकारे मी माझं बरचसं काम वाचवलं.

बेटावर करड्या रंगाच्या उंदरांचा सुळसुळाट होता आणि आता माझ्याजवळ साठवणीसाठी अन्न शिल्लक राहात असल्यामुळे, ते ठेवण्यासाठी मला एक सुरक्षित जागा हवी होती. माझ्या घराच्या मागच्या भिंतीवर म्हणजेच त्या शिळेवर दर्शनी भागात बरेच तडे गेले होते. माझ्या खांद्याला येतील इतके उंच ते तडे होते. ते मी कापले आणि तासून-तासून त्यांची फडताळं बनवली. तिथे उंदीर पोहोचू शकले नसते आणि माझे खाद्यपदार्थही सुरक्षित राहिले असते.

हिवाळा संपेतोवर आणि टेकड्या हिरव्यागार गवतांनी सजेपर्यंत माझं घर आरामशीर झालं होतं. वारा, पाऊस यांपासून तसंच दबकत येणाऱ्या रानटी श्वापदांपासून मला आसरा मिळाला होता. मनात येईल ते मी शिजवून खाऊ शकत होते आणि मला जे हवं ते सगळं आता हाताशी होतं.

आता वेळ आली होती, योजना आखण्याची. ज्यांनी माझ्या भावाला मारलं आणि पुढे कधीतरी मलाही निःशस्त्र गाठून त्यांनी मारलं असतं; अशा रानटी कुत्र्यांचा प्रश्न कायमचा सोडवण्याची. त्यासाठी मला दुसरा आणखी वजनदार भाला, एक मोठं धनुष्य आणि तीक्ष्ण बाण लागणार होते.

या शस्त्रांना आवश्यक ती सामग्री गोळा करण्यासाठी मी उभं बेट पालथं घातलं. त्यासाठी मला खूप दिवस लागले. दिवस असे वणवण

करण्यात मावळायचे. मग माझ्याकडे उरायच्या त्या फक्त रात्री. मग माझं शस्त्रनिर्मितीचं काम रात्रीच सुरू झालं. स्वयंपाकासाठी जो विस्तव मी वापरायचे, तो मंद असल्यामुळे त्या प्रकाशात मला फारसं स्पष्ट दिसायचं नाही. तेव्हा मी 'साई-साई' नावाच्या पिटुकल्या माशांच्या सुकलेल्या शरीरापासून दिवे बनवले.

आम्ही ज्यांना 'साई-साई' म्हणतो, ते मासे चंदेरी रंगाचे असतात आणि जेमतेम करंगळीएवढ्या लांबीचे. पौर्णिमेच्या रात्री हे पिटुकले मासे थव्याथव्यानं समुद्राच्या पाण्याच्या वर येतात. त्यांची ही झुंड इतकी दाट, भरगच्च असते की, आपल्याला सहज तिच्यावरून चालता यावं. ते लाटांबरोबर वाहात येतात आणि वाळूवर अशा काही गिरक्या घेतात की, वाटतं जणूकाही ते नर्तन करत आहेत.

मी टोपल्या भरभरून साई-साई पकडले आणि वाळवण्यासाठी बाहेर उन्हात ठेवून दिले. छपराच्या खांबांवर शेपट्यांना लटकावून. ते तसे ठेवल्यानं घरभर दुर्गंधी पसरली, पण ते जाळून प्रकाश पडायचा तो अगदी लख्ख.

मी प्रथम धनुष्य-बाण बनवलं आणि जेव्हा ते चालवून पहिल्यांदा वेध घेतला, तेव्हा मला खूप आनंद झाला. या मोठ्या धनुष्य-बाणाने मला दूर अंतरावर शरसंधान करता येणार होतं; आणि तेही पूर्वीपेक्षा कितीतरी सरळ आणि अचूक.

भाला बनवण्याचं काम मी शेवटी ठेवलं. त्याचा लांबलचक दांडा घासून गुळगुळीत करताना, त्याला आकार देताना, तसंच खालच्या टोकाला दगडी चकती बसवताना (भाल्याला वजन देण्यासाठी आणि त्याच्या अग्रभागावर घट्ट पकड येण्यासाठी ती आवश्यकच होती.) मनात एकच विचार येत होता, आमच्या जमातीतले पुरुष जसं सी-एलिफंटच्या दातापासून अग्र बनवायचे, तसं अग्र मी बनवू शकेन का?

कित्येक रात्री मी यावर विचार केला; सी-एलिफंटसारख्या अवाढव्य प्राण्याला मारणं कसं बरं जमेल आपल्याला? केल्प वनस्पतीचं जाळं तर मी एकटी टाकू शकत नाही. कारण ते काम एकट्या-दुकट्याचं नाही. कितीतरी तगड्या पुरुषांनी आपली ताकद लावली, तरच ते जमणार होतं. एखादा नर सी-एलिफंट कधी एखाद्या बाणाने किंवा भाल्यानं मारला गेला आहे, असं निदान माझ्या आठवणीत घडलं नव्हतं. त्यांना

जाळ्यात पकडल्यावरच मारता येणं आणि तेही सोट्याने; शक्य होतं. तेल मिळतं म्हणून आम्ही बऱ्याच माद्यांची हत्या करायचो, तेव्हा भाले वापरायचो; पण त्यांचे दात तितके मोठे नसायचे.

तेव्हा मी हे काम कसं करणार आहे, ते माझं मलाच माहिती नव्हतं. मात्र त्याबद्दल मी जितका-जितका विचार करत गेले, तितका माझा निश्चय दृढ होत गेला. कारण भाल्याची अग्रं अणकुचीदार बनवण्यासाठी उभ्या बेटावर नर सी-एलिफंटच्या सुळ्यासारखं दुसरं कुठलंच साधन नव्हतं.

तेरा

ज्या दिवशी मी सी-एलिफंट्सच्या वसाहतीत जाणार होते, त्याच्या आदल्या रात्री मला धड झोपही लागली नाही. स्त्रियांनी शस्त्रनिर्मिती करू नये असा जो कायदा आमच्या जमातीत होता, त्याचाच मी पुन्हा-पुन्हा विचार करत होते. माझे बाण सरळसोट जातील का आणि जरी ते तसे गेले तरी, त्या अवाढव्य धुडाचं चिवट कातडं भेदून ते त्याच्या शरीरात घुसतील का? समजा एखादा सी-एलिफंट माझ्यावर चाल करून आलाच तर? मी जखमी झाले आणि कर्मधर्मसंयोगाने घराकडे खुरडत निघाले आणि वाटेत रानटी कुत्र्यांशी माझी गाठ पडली तर? त्यांच्याशी मी कशी झुंज देणार? प्रश्नच प्रश्न होते.

रात्रभर मी याच विचारात गुंतले होते. पण सूर्योदय झाल्याबरोबर मी उठले आणि सी-एलिफंट्सच्या वसाहतीकडे जाणाऱ्या रस्त्याला लागले.

मी कड्यावर आले तेव्हा त्या सी-एलिफंट्सनी पाण्यात जेमतेम बुडलेल्या खडकांवरची (रीफवरची) आपली जागा सोडली होती आणि ते किनाऱ्यावर गोळा झाले होते. करड्या रंगाच्या अजस्र शिळांप्रमाणे ते नर गुळगुळीत दगडांनी भरून गेलेल्या उतरणीवर बसले होते आणि खाली माद्या व त्यांचे बच्चे लाटांशी खेळत होते.

छोट्या सी-एलिफंट्सना 'बच्चे' म्हणणं खरं तर चुकीचंच आहे; कारण ते आकाराने माणसाएवढे असतात. तरीसुद्धा, पुष्कळ बाबतीत ते अजून बच्चेच असतात. आई जिथे जाईल तिथे तिच्या मागोमाग ते जात असतात. एखादं लहान मूल चालायला शिकत असतं, तेव्हा ते जसं फेंगड्या चालीने चालतं ना; तसे ते आपल्या फ्लिपर्सच्या साहाय्यानं चालत

असतात. लहान मूल रडत असलं किंवा त्याला आनंद झाला की, ते कसं आवाज करतं ना, तसे आवाज काढत असतात, अगदी लहान मुलासारखेच! आणि ते किनारा सोडून पोहायला शिकतात तेव्हा आधी तर त्यांच्या आयांना त्या बच्च्यांना समुद्रामध्ये ढकलून द्यावं लागतं. त्यांच्या मोठ्या आकारमानामुळे हे काम बऱ्याचदा जिकीरीचं असतं.

काही नर एकमेकांपासून लांब बसले होते. कारण ते स्वभावाने शीघ्रकोपी असतात, अतिशय मत्सरी आणि एखादी गोष्ट मनाविरुद्ध घडली की, लगेच मारामारीला तयार. मी उभी होते, त्या कड्याखालच्या उतरणीवर सहा नर बसले होते. प्रत्येक जण एकांडा, एखाद्या सम्राटाच्या तोऱ्यात बसलेला, आपापल्या माद्या आणि बच्च्यांच्या कपाळावर नजर ठेवत.

मादीचं शरीर मऊ-मऊ असतं. चेहरा बराचसा उंदरासारखा दिसतो, धारदार नाक आणि कल्ले असतात. पण नर वेगळा असतो. त्याच्या नाकावर एक मोठा वशिंडासारखा उंचावटा असतो, जो त्याच्या तोंडापर्यंत खाली आलेला असतो. त्याची त्वचा खडबडीत असते आणि ती कडक उन्हामुळे सुकून तडा गेलेल्या एखाद्या ओल्या जमिनीसारखी दिसते. नर सी-एलिफंट अगदी ओंगळ दिसतो.

कड्यावर उभी राहून मी खाली पसरलेल्या त्या सहाही सी-एलिफंट्सकडे बघितलं आणि त्यातला सर्वांत लहान सी-एलिफंट निवडण्याचा प्रयत्न केला. तो एक सोडला तर बाकीचे सगळे एकाच आकाराचे होते. माझ्यापासून तो सर्वांत दूर होता आणि त्याच्या शरीराचा थोडा भाग एका खडकाआड लपला गेला होता. इतरांच्या मानाने तो निम्म्या आकाराचा असेल. तरुण सी-एलिफंट होता तो. त्याच्यासमोर लाटांमध्ये कुणी माद्या खेळत नव्हत्या. त्यावरून मी ताडलं की, त्याचा स्वतःचा कळप नसणार म्हणून! आणि त्यामुळेच तो तितकासा सावधही नसणार किंवा त्याला चटकन रागही नाही येणार!!

आवाज न करता मी स्वतःला कड्याच्या टोकावरून खाली झोकून दिलं. त्याच्यापर्यंत पोहोचायचं म्हणजे मला इतरांना ओलांडून जावं लागणार होतं. तेव्हा त्यांना सावध न करण्याची मी पुरेपूर दक्षता घेतली. सी-एलिफंट्स तसंही कशालाच घाबरत नाहीत आणि मला त्यांनी पाहिलं असतं, तरी ते तसूभरही हालले नसते. पण मी विचार केला, त्यांना सावध न केलेलंच बरं! मी माझं नवं धनुष्य घेतलं होतं.

ते जवळपास माझ्याच उंचीचं होतं आणि भात्यामध्ये पाच बाण होते.

रस्ता खडबडीत होता आणि खडकाळ. ते छोटे-छोटे दगड-गोटे गडगडत खाली जाऊ नयेत यासाठी मी जिवाचा आटापिटा केला. माद्यांच्या नजरेला पडू नये याची पण काळजी घेतली. या माद्या चटकन सावध होतात. माझी चाहूल लागली असती, तर त्यांनी डरकाळ्या फोडून कळपातल्या इतरांनाही सावध केलं असतं.

मी त्या तरुण नराच्या जवळच असलेल्या एका मोठ्या खडकाआड सरपटत गेले. नंतर उठून उभी राहिले आणि धनुष्यावर बाण चढवला मात्र; एकाएकी माझ्या बाबांनी दिलेला इशारा मला आठवला : "तू एक स्त्री आहेस. त्यामुळे तू जेव्हा बाण मारायला जाशील, तेव्हा तुझं धनुष्य मोडून पडेल."

सूर्य दूर पश्चिमेला होता. पण सुदैवाने माझी सावली त्या तरुण नरापासून लांब अंतरावर पडत होती. आमच्या दोघांमधलं अंतर कमी होतं आणि त्याची पाठ थेट माझ्यासमोर आली होती. तरीसुद्धा मला कळेना, पहिला बाण कुठे मारावा – त्याच्या खांद्यामध्ये की त्याच्या मस्तकात? सी-एलिफंट्सची त्वचा अगदी राठ, खडबडीत, पण तितकीच पातळ असते. पण त्या त्वचेखाली चरबीचे जाड थर जमलेले असतात आणि त्याचं शरीर अवाढव्य असलं तरी डोकं मात्र लहान असतं आणि तिथे केलेला लक्ष्यवेध कुचकामी ठरतो.

तिथे त्या खडकाच्या मागे मी संभ्रमावस्थेत उभी असताना मला पुन्हा बाबांच्या त्या इशाऱ्याची जाणीव झाली, "स्त्रीच्या हातातलं धनुष्य ऐन संकटाच्या क्षणी नेहमीच भंग पावेल." इतक्यात तो सी-एलिफंट किनाऱ्याकडे जाऊ लागला. पहिल्यांदा मला वाटलं की कदाचित त्याला माझी चाहूल लागली असावी. पण तितक्यात मला दिसलं की तो त्या माद्यांकडे जायला निघाला होता. त्या जवळच बसलेल्या एका म्हाताऱ्या नराच्या माद्या होत्या.

देह अवाढव्य असला तरी सी-एलिफंट चालतो तो वेगाने. त्याच्या मोठ्या फ्लिपर्सचा तो हात म्हणून उपयोग करतो. फेंगड्या चालीने तो तरुण नर पाण्याच्या जवळ जात होता. मी बाण सोडला आणि तो अगदी सरळ गेला. पण अगदी शेवटच्या क्षणी त्यानं दिशा बदलली. माझं धनुष्य भंगलं नाही, मात्र बाण त्याला इजा न करता दुसरीकडे गेला.

गडगडत जाणाऱ्या दगडांचा एकमेकांवर आपटून होणारा आवाज कानात शिरेपर्यंत मला जाणवलंच नव्हतं, की तो म्हातारा नर धावतच उतरणीवरून खाली निघाला होता. वेगाने त्यानं त्याच्या प्रतिस्पर्ध्याला गाठलं आणि खांद्याच्या एकाच तडाख्यानं त्या तरुण नराला उलथं पाडलं. तो तरुण नर एखाद्या उंच माणसाइतक्या उंचीचा होता आणि दुप्पट लांबीचा. तरीसुद्धा हा तडाखा इतका जबरदस्त होता की तो तरुण सी-एलिफंट गडगडत पाण्यात जाऊन कोसळला आणि तिथे निपचित पडून राहिला.

त्या म्हाताऱ्या नराने त्याच्या दिशेने मुसंडी मारली. तो डोकं हालवत होता. त्यानं इतक्या मोठ्याने डरकाळी फोडली की त्याचे प्रतिध्वनी कड्यावर आपटून परत आले. इतका वेळ लाटांवर पहुडलेल्या आणि फ्लिपर्सच्या साहाय्यानं आपल्या पाठी खाजवणाऱ्या माद्या आणि पिल्लांचा तो कळपही हातातलं काम थांबवून ती झुंज पाहू लागले.

म्हातारा नर आपल्या प्रतिस्पर्ध्याच्या रोखाने जात असताना दोन माद्या त्याच्या वाटेत आल्या. पण छोटे दगड ओलांडावेत तसा तो सहजपणे त्यांना ओलांडून पुढे गेला. आपले सुळ्यांसारखे दात परजत त्यानं त्या तरुण नराच्या बगलेतलं मासं टरकावत तिथे खोलवर जखम केली.

तो तरुण नर कसाबसा उभा राहिला. पण तो जेव्हा वळला तेव्हा त्याचे बारीक डोळे संतापाने लालबुंद झाले होते. भीती वाटावी इतके. म्हाताऱ्या नराने जेव्हा पुन्हा त्याच्यावर हल्ला करून त्याला खोल जखम केली तेव्हा त्या तरुण नराने पहिला हल्ला केला आणि त्या म्हाताऱ्या नराच्या मानेत सुळे खुपसले. त्याची पकड सैल होईना. दोघं जण लाटांमध्ये वर-खाली होत राहिले. पाणी हवेत उंच उडत राहिलं.

एव्हाना माद्या इतस्तत: पांगल्या होत्या. पण बाकीचे नर अजूनही शांतपणे उतरणीवर बसून राहिले होते.

ते दोघं योद्धे थोडे थांबले. एका नव्या हल्ल्यासाठी ते सज्ज होत होते. त्या तरुण नरावर शरसंधान करायची ही नामी संधी होती. म्हाताऱ्या नराच्या मानेत अजून त्याचे सुळे रुतलेले होते. तो पाठीवर उताणा पडलेला होता. पण मला आशा वाटली की कदाचित तो ही झुंज जिंकेल. म्हणून मी तिथे तशीच उभी राहिले; स्तब्ध, काही हालचाल न करता.

त्या म्हाताऱ्या नराच्या डोक्यावर आणि खांद्यांवर आधीच्या झुंजींचे असंख्य व्रण होते. एकाएकी तो आपल्या शेपटीने तरुण नराला तडाखे देऊ लागला. त्यानं आपल्या मानेवरची पकड सैल करावी म्हणून धडपडू लागला आणि या धडपडीत एका खडकाच्या बाजूवर आदळला. आपली शेपटी त्या खडकावर टेकवून त्यानं आपलं शरीर पाण्याच्या बाहेर काढलं आणि अशा रितीने निसटून दूर गेला.

तो वेगाने चढणीवर आला; विशाल जबडा विस्फारलेला आणि तो तरुण नर त्याच्या मागोमाग, अगदी जवळ. तो माझ्या रोखाने येऊ लागला आणि त्याच्या वाटेतून दूर होण्यासाठी मी घाई-गडबडीने मागे झाले. न जाणो त्याचा माझ्यावर चालून यायचा तर इरादा नसेल ना? पण असं मागं सरकताना एका दगडावरून मी घसरले आणि गुडघ्यांवर पडले.

मला माझ्या पायामध्ये तीक्ष्ण वेदना जाणवली, पण तिकडे दुर्लक्ष करून मी झटकन उठले. एव्हाना तो म्हातारा नर इतक्या वेगाने गरकन् फिरला आणि त्याच्या मागोमाग येणाऱ्या तरुण नरावर इतक्या वेगाने येऊन आदळला की तो तरुण नरही आश्चर्यचकित झाला. पुन्हा एकदा त्या तरुण नराच्या बगलेतलं मांस टरकन् फाटलं. खोलवर जखम झाली आणि पुन्हा एकदा त्या तडाख्यानं तो मागच्या मागे पाण्यात फेकला गेला.

त्याच्या रक्ताने लाटा लाल-लाल झाल्या. पण या वेळी तो सावरला, सरळ झाला आणि आक्रमणाच्या संधीची वाट पाहू लागला. त्या म्हाताऱ्या नराला त्यानं आपल्या खांद्याने टक्कर दिली. मोठाले खडक एकाच वेळी जोराने आपटून फुटल्यावर जसा आवाज येईल, तसा आवाज होता तो. पुन्हा एकदा त्या तरुण नराने दुसऱ्याचा गळा पकडला आणि दोघं एका लाटेखाली दिसेनासे झाले. जेव्हा ते वरती आले तेव्हा ते अजूनही त्याच अवस्थेत होते... एकमेकांत अडकलेले.

एव्हाना सूर्य मावळला होता आणि इतका अंधार दाटून आला होता की, मला काही दिसेनासं झालं. माझा पायही आता चांगलाच ठणकू लागला होता आणि बराच लांबचा पल्ला गाठायचा होता. त्यामुळे मी तिथून काढता पाय घेतला. वरती कड्यावर जाऊन पोहोचेपर्यंत आणि नंतरही बराच वेळ मला त्यांच्या डरकाळ्या ऐकू येत होत्या.

चौदा

घरी पोहोचेपर्यंत पायाचा ठणका इतका वाढला की, कुंपणाखालून रांगत जाऊन अवजड दगड बाजूला करणंही मला कठीण झालं.

पुढचे पाच दिवस मी बाहेर जाऊ शकले नाही; कारण माझा पाय सुजून भप्प झाला होता आणि त्याच्यावर लेप लावायला माझ्याजवळ औषधी मुळी नव्हती. माझ्याकडे पुरेसं अन्न होतं, पण तिसऱ्या दिवशी टोपलीतल्या पाण्याची पातळी रोडावली आणि अजून दोन दिवसांनी टोपली पुरती रिकामी झाली. त्यामुळे घळीतल्या झऱ्याकडे जाणं मला भागच होतं.

सूर्योदय झाला आणि मी बाहेर पडले. मी माझ्याबरोबर खाण्यासाठी शेलफिश घेतले होते; तसंच माझा भाला, धनुष्य आणि बाणही. मी फारच हळू, रांगत जात होते. अन्न पाठीला बांधलेलं आणि शस्त्रं ओढत, फरफटत नेत होते.

झऱ्याकडे जायला एक जवळची वाट होती, पण त्या वाटेवर पुष्कळ खडक होते आणि ते चढून जाणं, मला सध्या शक्य नव्हतं. त्यामुळे मला ब्रशच्या दाटीतून लांबचा रस्ता धरावा लागला. मी त्या घळीकडे येईपर्यंत सूर्य माथ्यावर आला होता. इथून झरा फारसा दूर नव्हता. मी थोडीशी विसावले. पण तहानेने जीव व्याकूळ झाला होता म्हणून मी निवडुंगाचा कोवळा कंद कापला आणि तो चघळू लागले.

तिथे विसावा घेत असताना, निवडुंगाचा रस चोखत असताना, मला तो धिप्पाड करडा कुत्रा दिसला... तोच त्या रानटी टोळीचा म्होरक्या होता. माझ्या डोक्यावर असलेल्या झुडपांमध्येच उभा होता

तो. त्यानं मान खाली घातली होती आणि तो संथपणे फिरत होता. माझ्या पावलांचे ठसे हुंगत होता. मी त्याला पाहिलं आणि त्यानं मला. तो थांबला. त्याच्यामागे त्याचा कळप होता, एकामागून एक दुडक्या चालीने येत होते ते. तो कळपही थबकला.

मी माझं धनुष्य उचललं, प्रत्यंचेवर बाण चढवला. परंतु मी हे करत असताना तो ब्रशच्या झुडपांमध्ये बघता-बघता नाहीसा झाला आणि इतरांनी चटकन त्याचं अनुकरण केलं. एका दमात ते पसार झाले होते. शरसंधान कुणावर करणार मी? जणूकाही ते तिथे मुळी आलेच नव्हते!

मी कान टवकारले. ते इतके गुपचूप येत होते की मला त्यांच्या पावलांचा आवाजही आला नाही. पण मला खातरी होती की, ते मला घेरण्याचा प्रयत्न करणार. मी हळूहळू रांगत पुढे जात राहिले, त्यांची चाहूल घेण्यासाठी मध्येमध्ये थांबायचे. मागे वळून बघायचे. माझ्यातल्या आणि झऱ्यातल्या अंतराचा अंदाज घ्यायचे. माझा पाय ठणकतच होता. मी माझा तीरकमठा मागे ठेवून पुढे जाऊ लागले. कारण ब्रशची झुडपं इथे फोफावली होती आणि त्याचं रान माजलं होतं. त्यामुळे मला त्याचा काही उपयोग नव्हता. एका हाताने मी माझा भाला खेचत नेत होते.

मी झऱ्याजवळ आले. खडकातल्या एका भेगेमधून तो वाहात होता आणि तो खडक त्याच्या तिन्ही बाजूंनी उंच गेला होता. रानटी कुत्रे या तिन्ही दिशांपैकी कुठूनही हल्ला करण्याची शक्यता नव्हती. त्यामुळे मी जमिनीवर पालथी पडले आणि झऱ्याचं पाणी पिऊ लागले. माझ्याखाली असलेल्या घळीवर एकीकडे लक्ष ठेवत होते. खूप वेळ मी पाणी पीत राहिले. माझी टोपली पाण्यानं भरून घेतली आणि माझ्या जिवात जीव आला. खूपच हुशारी वाटू लागली मला. नंतर मी गुहेच्या तोंडाकडे रांगतच जाऊ लागले.

काळ्या दगडांची एक कपार त्या गुहेवरून जात होती. काही खुरटी झुडपं तिथे वाढली होती आणि त्या झुडपांमध्ये तो धिप्पाड, करड्या रंगाचा कुत्रा उभा होता. त्याचं नुसतं डोकंच दिसत होतं. तो हालला नाही; पण त्याचे पिवळे डोळे माझा वेध घेत होते. गुहेच्या मी जवळ येऊ लागले तसा तो हळूच वळला. त्याच्यामागे दुसरं डोकं दिसलं, मग तिसरं. माझ्यापासून ते इतके लांब होते की भाल्यानं त्यांना टिपणं कठीणच होतं.

एकाएकी मला घळीच्या विरुद्ध बाजूला असलेल्या ब्रशच्या झुडपांमध्ये हालचाल दिसली. तो कळप पांगला होता आणि घळीच्या दोन्ही तीरांवर कुत्रे उभे! मी त्यांना ओलांडून कधी जाते आहे याची वाट पाहात होते.

आता ती गुहा माझ्यासमोर होती. मी तिच्या मुखाकडे रांगत गेले आणि तिथून आतमध्ये. माझ्या डोक्यावर मला धावणाऱ्या पावलांचा आणि ब्रशची झुडपं तुडवल्याचा आवाज ऐकू आला आणि नंतर शांतता.

मी सुरक्षित होते. मला माहिती होतं रानटी कुत्रे परत येतील आणि तसंच झालं. रात्र पडल्यावर ते आले. ब्रशच्या झुडपांमध्ये सकाळ होईपर्यंत दबत्या पावलांनी फिरत राहिले. पण त्यांची जवळ यायची हिंमत नाही झाली.

गुहेचं तोंड लहान असलं तरी एकदा आत शिरलं की ती प्रशस्त होती. आरामात उभं राहाता येईल अशी. तिच्या छतावरून पाणी गळत होतं. मात्र तिथे विस्तव नसल्यानं थंडी वाजत होती. इथे मी सहा दिवस राहिले... माझा पाय ठीक होईपर्यंत मी दिवसातून एकदाच बाहेर पडत असे, रांगत-रांगत झऱ्याचं पाणी आणायला.

तिथे राहात असताना मी ठरवलं, आपण या गुहेमध्ये आपलं दुसरं घर थाटू या! पुन्हा कधी जखमी झाले किंवा आजारी पडले तर मला इथे राहाता येईल. आणि मी पूर्वीसारखी तंदुरुस्त झाल्यावर आणि मला चालता येऊ लागल्यावर ताबडतोब मी माझा निर्धार अमलात आणला.

कित्येक वळसे-वळणं घेत ही गुहा मागे पार एका टेकडीपर्यंत विस्तारली होती. पण मला तिच्या मुखाजवळचा भागच हवा होता... तिथे दिवसातून एकदा कधीतरी सूर्याची किरणं पोहोचायची.

या आधी फार-फार वर्षांपूर्वी माझ्या पूर्वजांनी ही गुंफा वापरली होती. का ते माहिती नाही; परंतु गुहेत दोन्ही बाजूंना भिंतींवर त्यांनी शिल्पं कोरली होती. पाण्यावर तरंगणारे पेलिकन्स*, उडणारे पेलिकन्स, डॉल्फिन्स, देवमासे, सी-एलिफंट्स,गल्स, डोमकावळे, कुत्रे, कोल्हे... किती म्हणून सांगू! गुहेच्या तोंडाजवळ त्यांनी दगडातूनच खोलगट तसराळीही घडवली होती. ती तसराळी मी पाणी भरण्यासाठी उपयोगात

---

* पेलिकन्स : लांब चोचीचा मोठा पाणपक्षी.

आणायची असं ठरवलं कारण टोपल्यांपेक्षा कितीतरी अधिक पाणी त्यात मावत होतं.

दुसऱ्या घरात केली होती तशी दगडी फडताळं मी इथेही बनवली आणि शेलफिश आणि बिया गोळा करून तिथे साठवून ठेवल्या. झऱ्याच्या वरच्या अंगाला असलेल्या टेकडीवरून मी औषधी झाडपालाही गोळा केला. गरज पडली तर असावा म्हणून. त्याचप्रमाणे मी आधी बनवलेले तीरकमठेसुद्धा गुहेत आणून ठेवले. सरतेशेवटी, मी सी-वीडचा छान मऊ बिछाना बनवला, विस्तवासाठी सरपण गोळा केलं. गुहेचं तोंड दगडांनी बंद करून टाकलं. फक्त वरच्या बाजूला एक लहानसं विवर ठेवलं, या मोकळ्या जागेतून मला आत-बाहेर करायला सोपं गेलं असतं.

हे मी सगळं केलं, ते माझ्या आजारपणाचं पूर्वनियोजन म्हणून आणि जेव्हा माझ्याकडे पाणी नसेल अशा दिवसांची तरतूद म्हणून! कष्टाचं काम होतं ते. बरंचसं पुरुषी काम. पण ते तडीस नेल्यानंतरच मी सी-एलिफंट्सच्या वसाहतीकडे पुन्हा एकदा चक्कर टाकली.

मी तिथे पोहोचले तेव्हा ओहोटीची वेळ होती. त्या चढणीच्या एकदम वरच्या भागावर त्या म्हाताऱ्या सी-एलिफंटचा निष्प्राण देह पडला होता. सी-गलनी चोचींनी टोचून-टोचून मांस खाऊन टाकलं होतं. नुसती हाडं उरली होती. पण मला जे हवं होतं, ते मला मिळालं.

त्याचे काही दात माझ्या हाताएवढे लांब होते आणि रुंदीला त्याच्या निम्मे. वरच्या बाजूला ते वक्राकार झाले होते. काही दात तुटले होते. परंतु त्यातले चांगले दात निवडून जेव्हा मी वाळूबरोबर रगडले तेव्हा मला माझ्या कामासाठी चार चांगले भाल्याचे अग्रभाग मिळाले; तळाशी रुंद आणि टोकांना अगदी तीक्ष्ण, अणकुचीदार.

या अग्रांपासून मी आणखीन दोन भाले बनवले आणि अखेर त्या रानटी कुत्र्यांच्या गुहेकडे जाण्यास सज्ज झाले.

पंधरा

माझ्या आठवणीत आमच्या या 'निळ्या डॉल्फिन्सच्या बेटावर' या आधीही रानटी कुत्रे होते. परंतु ॲल्यूट्सनी आमच्या जमातीतले बहुसंख्य पुरुष मारून टाकल्यानंतर त्यांच्या मालकीचे कुत्रे रानटी कळपात सामील झाले आणि तो कळप दिवसेंदिवस अधिक धीट होत गेला. रात्र-रात्र तो आमच्या खेड्यात धावत राहायचा. उच्छाद मांडायचा आणि दिवसासुद्धा तो फार दूर गेलेला नसायचा. त्या वेळीसुद्धा आम्ही त्यांना ठार मारण्याचा आणि त्यांच्या त्रासातून कायमची सुटका करून घेण्याचा बेत आखला होता. पण ते जहाज आलं आणि सगळे जण गालाज-ॲट सोडून निघून गेले.

मला पक्की खातरी होती की, तो कळप इतका धीट बनला होता तो त्यांच्या म्होरक्यामुळे. तोच तो धिप्पाड कुत्रा, मानेभोवती दाट आयाळ असलेला आणि पिवळ्या डोळ्यांचा.

ॲल्यूट्स यायच्या आधी मी किंवा अन्य कुणीही या कुत्र्याला इथे पाहिलं नव्हतं. याचा अर्थ तो त्यांच्याबरोबर आला असणार आणि ते जहाजात बसून निघून गेले तेव्हा मागे राहिला असणार. आमच्या खेड्यातल्या कुठल्याही कुत्र्यापेक्षा कैकपटीने तो धिप्पाड होता. शिवाय आमच्या कुत्र्यांचे केस आखूड असतात आणि डोळे पिंगट! मला नक्की खातरी पटली, तो ॲल्यूट लोकांचाच कुत्रा आहे म्हणून!

कळपातले चार कुत्रे मी अगोदरच मारले होते, पण अजून कितीतरी जिवंत होते. खरं तर, सुरुवातीला होते त्यापेक्षा अधिक संख्येने. कारण मधल्या काळात काही पिल्लांचा जन्म झाला होता

आणि ही पिल्लं म्हाताऱ्या कुत्र्यांपेक्षा अधिक हिंस्र होती.

तो कळप दूर गेला आहे असं पाहून मी संधी साधली. त्या गुहेच्या जवळ असलेल्या टेकडीकडे गेले आणि ब्रशचे भारे गोळा करून त्यांच्या लपण्याच्या जागेच्या (त्या गुहेच्या) तोंडाशी ठेवले... नंतर तो कळप गुहेत परत कधी येतो आहे याची वाट पाहू लागले. रात्रभर बाहेर धुमाकूळ घालून भल्या पहाटे तो कळप त्या गुहेत परतायचा आणि झोप काढायचा. मी माझ्याबरोबर मोठ्ठं धनुष्य आणि पाच बाण घेतले, आणि दोन भालेही. आवाज न करता तिकडे गेले. गुहेच्या आसपास एक फेरी मारली आणि एका बाजूने पुढे आले. एक भाला सोडून माझी बाकीची सारी शस्त्रं मी तिथेच ठेवली.

ब्रशच्या भाऱ्यांना आग लावून मी ते सारे आत गुहेत ढकलले. रानटी कुत्र्यांना माझी चाहूल लागली असली तरी ते भुंकले नाहीत. जवळच असलेल्या एका दगडी कपारीवर मी माझी शस्त्रं घेऊन चढले.

आग भडकून पेटली होती. तिच्यातून निघणारा काही धूर वाऱ्याबरोबर वरती टेकडीवर येत होता. पण बराचसा धूर गुहेतच कोंडून राहिला होता. त्या कुत्र्यांना लवकरच गुहेतून बाहेर यावं लागलं असतं; पण मी पाचाहून अधिक कुत्रे मारू शकेन अशी आशा मला मुळीच नव्हती. कारण माझ्याकडे फक्त तितकेच बाण होते. पण अर्थात, त्या पाचांपैकी एक जर त्यांचा म्होरक्या असता तर मला खूप आनंद झाला असता. तेव्हा थोडी वाट पाहाणं आणि त्याच्यासाठी सारे बाण राखून ठेवणं हे अधिक श्रेयस्कर ठरेल, आणि मी तेच करायचं ठरवलं.

आग विझेपर्यंत एकही कुत्रा बाहेर आला नाही. नंतर तिघं बाहेर आले आणि त्यांनी धूम ठोकली. त्यांच्या पाठोपाठ सात कुत्रे पळाले आणि त्यानंतर बऱ्याच वेळाने तेवढेच कुत्रे. पण अजूनही गुहेमध्ये कितीतरी कुत्रे राहिले होते.

नंतर आला तो त्यांचा म्होरक्या. इतरांसारखा तो पळाला नाही. राखेच्या ढिगावरून उडी मारून तो गुहेच्या तोंडाशी उभा राहिला. नाकाने हुंगत तो वास घेत असावा. मी त्याच्या इतकी जवळ होते की त्याच्या नाकपुड्यांची थरथर मला दिसत होती. पण मी माझं धनुष्य उचलेपर्यंत त्याचं माझ्याकडे लक्ष गेलं नाही. सुदैवाने मला पाहून तो दचकला नाही.

माझ्यासमोर तोंड करून तो उभा राहिला, पुढचे पाय उचलून कोणत्याही क्षणी झेप घेण्याच्या पावित्र्यात. त्याचे पिवळे डोळे आकुंचित झाले होते, इतके की फक्त खाचाच दिसत होत्या. माझ्या धनुष्य-बाणातून सुटलेल्या बाणाने त्याच्या छातीचा वेध घेतला. तो वळला आणि माझ्यापासून दूर गेला. त्यांने जेमतेम एक पाऊल टाकलं आणि खाली कोसळला. मी त्याला आणखीन एक बाण मारला पण तो भलतीकडेच गेला.

याच वेळी आणखीन तीन कुत्रे दुडक्या चालीने गुहेतून बाहेर आले. मी माझे शेवटचे बाण वापरले आणि त्यातल्या दोघांना अचूक टिपलं.

दोन्ही भाले हातात धरून मी कपारीवरून खाली उतरले. ब्रशचे रान तुडवत तो म्होरक्या जिथे पडला होता तिथे गेले. तो तिथे नव्हता! मी दुसऱ्या कुत्र्यांवर शरसंधान करत असताना तो तिथून पसार झाला होता. पण त्याच्या जखमेमुळे तो फार दूर गेला नसणार. पण मी सर्वत्र पाहिलं, मी जिथे उभी होते त्या कपारीच्या आसपास, गुहेच्या समोर; पण मला कुठेच दिसला नाही तो.

खूप वेळ वाट पाहून मग मी गुहेत शिरले. ती खोल होती पण मला स्पष्ट दिसत होतं.

आत-आत मागच्या एका कोपऱ्यात एका कोल्ह्याचा अर्धवट खाल्लेला एक सांगाडा पडलेला होता. त्याच्या शेजारी एक काळी कुत्री आणि तिची चार करड्या रंगाची पिल्लं होती.

त्यातलं एक पिल्लू हळूहळू चालत माझ्याकडे येऊ लागलं. लोकरीचा चेंडूच जसा. माझ्या हातात सहज धरता आला असता मला. तशी इच्छाही झाली मला. पण त्याची आई टुणकन उडी मारून उभी राहिली. तिने दात विचकले. मागच्या मागे गुहेतून काढता पाय घेताना मी माझा भाला उगारला तिच्यावर, पण फेकला मात्र नाही. तो जखमी म्होरक्या तिथेही नव्हता.

रात्र जवळ येऊ लागली त्यामुळे मी गुहा सोडून निघाले. कड्याकडे जाणाऱ्या टेकडीच्या पायथ्याच्या कडेकडेने मी चालत होते. रानटी कुत्रे या वाटेवरूनच ये-जा करत. या पायवाटेवरून फार लांब गेले नसेन मी; इतक्यात मला एका बाणाचा तुटका दांडा दिसला. त्याच्या निमुळत्या टोकाला चावून तो कुरतडला होता. माझ्या लगेच लक्षात

आलं, अरे! हा तर मीच मारलेला बाण! ज्या बाणाने तो म्होरक्या जखमी झाला होता तो बाण!

पुढे जात असताना आणखी दूर अंतरावर मला धुळीत उमटलेले त्याच्या पावलांचे ठसे दिसले. ते एकसारखे नव्हते. जणूकाही तो हळूहळू चालला आहे, खुरडत-खुरडत असं सूचित होत होतं त्या ठशांवरून. मी कड्यापर्यंत त्यांचा मागोवा घेत गेले पण शेवटी काळोखात ते बुडून गेले.

त्याच्या दुसऱ्या दिवशी पाऊस पडला. त्यामुळे मी काही त्याला शोधायला गेले नाही. त्या दोन दिवसांत मी अजून थोडे बाण बनवले आणि तिसऱ्या दिवशी हे बाण आणि माझा भाला घेऊन मी त्या पायवाटेवरून जाऊ लागले. ही पायवाट माझ्या घरापर्यंत कुत्र्यांनी बनवली होती.

पाऊस पडून गेल्यामुळे पावलांचे ठसे मिटले होते पण मी तशीच त्या पायवाटेवरून दगडांच्या ढिगाऱ्यापर्यंत जाऊन पोहोचले. इथेच मी त्यांना पूर्वी पाहिलं होतं. ढिगाऱ्याच्या दूरच्या टोकाला मला तो करडा, धिप्पाड कुत्रा सापडला. त्याच्या छातीत तो तुटका बाण रुतला होता आणि तो एक पाय अंगाखाली घेऊन पडला होता.

माझ्यापासून तो केवळ दहा पावलांवर होता. त्यामुळे मला तो स्पष्ट दिसत होता. मला खातरी होती की तो मेला आहे म्हणून; पण तरी मी भाला उचलला. त्याच्यावर अचूक नेम धरला. आता भाला फेकणार इतक्यात त्यानं आपली मान जमिनीपासून किंचित वर उचलली आणि नंतर पुन्हा टाकली.

या गोष्टीचं मला फारच नवल वाटलं. आता काय करावं ते न सुचून मी थोडा वेळ तशीच उभी राहिले. भाला वापरावा की आपलं धनुष्य; काही कळेचना. प्राणी मेल्याचं नाटक करतात आणि मग एकाएकी तुमच्यावर हल्ला करतात किंवा पळून जातात या गोष्टी मला सवयीच्या होत्या.

या अंतरावरून जवळच्या दोन शस्त्रांपैकी भाल्यानं वेध घेणं अधिक योग्य होतं, पण मी ना भाला वापरू शकले, ना धनुष्य! मी त्या दगडांच्या ढिगाऱ्यावर चढले. तो पळून गेला तर मला इथून दिसला असता. माझे पाय मी काळजीपूर्वक, घट्ट रोवले. गरज पडली तर माझा

दुसरा बाण तयार होताच. मी एक बाण प्रत्यंचेवर चढवला आणि प्रत्यंचा मागे खेचली – त्याच्या मस्तकाचा वेध घेत!

तो बाण मी का मारला नाही हे मला आजही नाही सांगता येणार! तिथे त्या दगडांवर मी प्रत्यंचा ताणून उभी राहिले... पण माझ्या हातातून तो बाण सुटला मात्र नाही. तो धिप्पाड कुत्रा तिथे तसाच पडला होता, निपचित काही हालचाल न करता. कदाचित हे कारण असेल. तो जर उठला असता तर मी त्याला नक्कीच ठार मारला असता. बराच वेळ मी तिथे त्याच्याकडे बघत उभी राहिले आणि नंतर ढिगाऱ्यावरून खाली उतरले.

मी त्याच्याजवळ पोहोचले तरी काही हालचाल नव्हती. अगदी जवळ जाईपर्यंत तर त्याचा श्वास चालू आहे की नाही, हेही कळत नव्हतं. बाणाचं अग्र त्याच्या छातीत घुसलं होतं आणि तुटलेला दांडा रक्ताने माखला होता. त्याच्या मानेभोवतालची दाट आयाळ पावसाने भिजून निस्तेज झालेली होती.

मी त्याला वरती उचलून घेते आहे हे त्याला समजलं असेल असं मला नाही वाटत कारण त्याचं शरीर अगदी मेल्यागत शक्तिहीन झालं होतं. तो फार वजनदार होता. त्यामुळे गुडघ्यांवर बसून मी त्याचे पाय माझ्या खांद्यांवर टाकले. त्याला उचलण्याचा तो एकच मार्ग होता.

अशा रीतीने, थकले की थोडा विसावा घ्यायचा, मग पुढे चालू लागायचं; असं करत-करत मी त्याला भूशिरावर घेऊन आले.

कुंपणाखालच्या विवरातून त्याला घेऊन मला आत जाता येत नव्हतं; म्हणून मी ते दोर कापले, देवमाशाच्या फासळ्यांमधल्या दोन फासळ्या वरती उचलून बाजूला केल्या आणि मग त्याला घरात आणलं. त्याला जमिनीवर ठेवल्यावरही त्यानं माझ्याकडे बघितलं नाही किंवा डोकं वर उचललं नाही. पण त्याचं तोंड उघडं होतं आणि श्वासोच्छ्वास चालू होता.

सुदैवाने त्या बाणाला छोटं निमुळतं तोंड होतं आणि ते जरी आत खोलवर गेलेलं असलं तरी सहजपणे बाहेर आलं. मी हे करत असताना किंवा नंतरही त्याची जखम प्रवाळ वनस्पतीच्या सोललेल्या काडीने साफ करत असताना त्यानं काही हालचाल केली नाही. या वनस्पतीला येणारी फळं विषारी असतात. मात्र तिचं लाकूड बरेचदा जखमा भरून

आणण्यास मोलाचं ठरतं. इतर मुळ्या किंवा झाडपाल्यानं येत नाही तितका गुण या लाकडाने येतो.

कित्येक दिवसांत मी अन्न गोळा केलं नव्हतं आणि टोपल्या रिकाम्या झाल्या होत्या. म्हणून मी कुत्र्यासाठी समोर पाणी ठेवलं आणि कुंपण दुरुस्त करून मग समुद्रावर गेले. तो जगेल असं मला मुळीच वाटत नव्हतं. पण मला त्याची मुळीच तमा नव्हती.

तो संपूर्ण दिवस मी खडकांमध्ये शेलफिश गोळा करत होते. फक्त एकदाच मला त्या जखमी कुत्र्याची आठवण झाली. माझा शत्रू तिथे घरात पडला होता. मला माझंच नवल वाटत होतं, आपण त्याला मारलं का नाही?

मी परत आले तेव्हा तो जिवंत होता. पण मी त्याला ज्या ठिकाणी ठेवून गेले होते तिथून तो तसूभरही हालला नव्हता. पुन्हा एकदा प्रवाळाच्या काडीने मी त्याची जखम साफ केली. नंतर त्याचं डोकं वर उचलून त्याच्या तोंडात पाणी घातलं, ते त्यानं गिळलं. या पायवाटेवर तो मला सापडल्यानंतर पहिल्यांदाच त्यानं माझ्याकडे बघितलं. त्याचे डोळे खोल गेले होते आणि अगदी पार खोबणीतून माझ्याकडे बघत होते.

झोपायला जाण्यापूर्वी मी त्याला पुन्हा थोडं पाणी दिलं. सकाळी खाली समुद्रावर जाण्यापूर्वी थोडंसं अन्न त्याच्या पुढ्यात ठेवलं आणि मी जेव्हा घरी परतले तेव्हा त्यानं ते खाल्लं होतं. तो कोपऱ्यात पहुडला होता, मला न्याहाळत होता. विस्तव पेटवून मी जेव्हा रात्रीचं जेवण बनवत होते, तेव्हासुद्धा त्याचं लक्ष होतंच. मी जिथे-जिथे जात होते, तिथे-तिथे त्याची नजर माझा मागोवा घेत होती.

त्या रात्री मी शिळेवर झोपले कारण मला त्याची भीती वाटली आणि पहाटे बाहेर जायच्या आधी मी जमिनीखालचं विवर उघडंच ठेवलं त्याला जाता यावं म्हणून. पण मी जेव्हा परत आले तेव्हा तो तिथेच होता; सूर्यप्रकाशात लोळत पडलेला, त्याच्या पंजांवर डोकं टेकवून. मी भाल्यानं दोन मासे पकडले होते. जेवणासाठी तेच शिजवले. तो फारच कृश झाला होता म्हणून त्यातला एक मासा त्याला दिला. तो खाल्ल्यानंतर तो विस्तवाच्याजवळ आला आणि तिथे पडून राहिला. त्याच्या मिचमिच्या, पिवळ्या आणि तिरकस डोळ्यांनी मला बघत राहिला.

चार रात्री मी त्या शिळेवर झोपले आणि त्याला निघून जाता यावं या हेतूने दररोज सकाळी कुंपणाखालचं विवर मी उघडं ठेवून जात होते. दररोज त्याच्यासाठी भाल्यानं एक मासा मी मारून आणायचे आणि जेव्हा मी घरी यायचे तेव्हा तो कायम कुंपणापाशी त्या माशाची वाट पाहात बसलेला असायचा. माझ्या हातून मात्र तो मासा घ्यायचा नाही. तेव्हा मला तो मासा जमिनीवर ठेवावा लागायचा. एकदा मी त्याच्यासमोर माझा हात पुढे केला तर तो मागे झाला आणि त्यानं दात विचकले.

चौथ्या दिवशी मी जेव्हा समुद्रावरून लवकर घरी आले तेव्हा तो नेहमीसारखा कुंपणापाशी वाट पाहात नव्हता. मनात एक विचित्र भावना दाटून आली. या आधी नेहमीच मी जेव्हा घरी यायचे तेव्हा मनात आशा असायची, तो गेलेला असेल म्हणून. पण आता, कुंपणाखालून सरपटत जाताना मला तसं काही वाटलं नाही.

मी हाक मारली, "डॉगी, डॉगी." कारण त्याला हाक मारण्यासारखं दुसरं नाव नव्हतं माझ्याजवळ!

आत शिरताना मी हाकांचा सपाटाच लावला. तो आत होता. नुकताच उठून उभा राहात होता, शरीर ताणून जांभया देत होता. पहिल्यांदा त्यानं मी आणलेल्या माशाकडे नजर टाकली, नंतर माझ्याकडे आणि तो शेपटी हालवू लागला.

त्या रात्री मी घरातच झोपले. झोप लागण्यापूर्वी मी त्याला काय बरं नाव ठेवावं यावर विचार केला. कारण मी त्याला 'डॉगी' तर म्हणून शकत नव्हते. मग मला एक नाव सुचलं, रोंटू! आमच्या भाषेत याचा अर्थ होतो, 'कोल्ह्यासारखे डोळे असलेला.'

सोळा

त्या वसंत ऋतूमध्ये किंवा उन्हाळ्यातही गोऱ्या लोकांचं जहाज परतून आलं नाही. पण दररोज, मी जिथे असेन तिथून; मग भूशिरावर असेन किंवा खडकांवर शेलफिश गोळा करत असेन किंवा माझ्या पडावाचं काम करत असेन; माझं कायम लक्ष असायचं ते अॅल्यूट लोकांचं तांबड्या रंगाचं जहाज येत आहे का तिकडे.

अॅल्यूट्स आले तर आपण काय करणार आहोत, हे माझं मला नीटसं सांगता आलं नसतं. ज्या गुहेत मी अन्न-पाण्याचा साठा करून ठेवला होता, त्या गुहेत गेले असते लपायला. कारण त्या गुहेच्या सभोवती ब्रशचं दाट रान माजलं होतं. आणि घळीच्या तोंडाशी येणं फक्त समुद्रमार्गाने शक्य होतं. अॅल्यूट्सनी या झऱ्याचा वापर केला नव्हता. त्यांना तो माहितीच नव्हता, कारण त्यांनी जिथे तळ ठोकला होता, त्या जागेपासून जवळच दुसरा एक झरा होता. पण समजा, चुकून भटकत-भटकत ते इकडे आलेच, तर माझी पळायची तयारी हवी.

म्हणून तर मी सँडबारवर जो पडाव सोडून आले होते, त्या पडावाची डागडुजी करायला घेतली. बाकीचे पडाव जिथे लपवून ठेवले होते त्या जागी मी जाऊन आले, पण ते पडाव उन्हात वाळून कडकडीत झाले होते आणि त्यांना भेगा पडल्या होत्या. याखेरीज एका मुलीसाठी ते अवजड पडाव पाण्यात ढकलणं फार कठीण होतं. मग ती मुलगी भले माझ्यासारखी ताकदवान का असेना!

भरतीच्या लाटांनी पडाव जवळपास वाळूत पूर्णपणे गाडला गेला

होता. तो वाळूच्या पसाऱ्यातून बाहेर काढायला मला अनेक दिवस मेहनत घ्यावी लागली. हवा सौम्य, उबदार असल्यानं मी भूशिरावरल्या माझ्या घराकडे ये-जा करणं त्या वेळी टाळलं आणि माझं जेवण तिथेच सँडबारवर शिजवलं आणि रात्री पडावात झोपले. असं केल्यानं माझा खूपसा वेळ वाचला.

हा पडावसुद्धा माझ्या ताकदीच्या मानाने खूपच मोठा होता. तो पाण्यात ढकलणं आणि पाण्यातून बाहेर काढणं तितकं सोपं नव्हतं. म्हणून मी त्याचा आकार कमी करण्याच्या दृष्टीने कामाला लागले. त्यासाठी मला फळ्यांना जोडणारे अस्थिबंध कापून दोन फळ्यांमध्ये भरलेलं डांबर उष्णतेने वितळवून टाकावं लागलं. अशा प्रकारे फळ्या सैल तरी झाल्या! नंतर मी आधीच्या फळ्यांना आकार देऊन त्यांच्या निम्म्या लांबीच्या फळ्या बनवल्या. त्यासाठी मला एका काळ्या दगडापासून बनवलेले धारदार चाकू लागले. हा काळा दगड आमच्या बेटावर एका विशिष्ट ठिकाणी मिळतो. कापून झाल्यावर पुन्हा त्या फळ्या मी ताज्या डांबराने आणि अस्थिबंधांनी एकत्र जोडून टाकल्या.

पडावाचं काम पुरं झालं. तो पूर्वीसारखा सुंदर नव्हता; पण आता मला त्याचं एक टोक उचलता येत होतं आणि तो लाटांमधून ओढत नेता येत होता.

पडावाचं हे काम चालू असताना संपूर्ण वेळ रोंटू माझ्यासमवेत असायचा. जवळ-जवळ पूर्ण उन्हाळा सरला या कामात. त्या वेळी पडावाच्या सावलीमध्ये एकतर तो झोपलेला असायचा किंवा मग सँडबारवर विसावलेल्या पेलिकन्सच्या मागे इकडून-तिकडे धावत असायचा. पेलिकन्स इथे विपुल संख्येने विहार करतात कारण जवळच मोठ्या प्रमाणात मासे सापडतात. कधीच कोणत्या पक्ष्याला पकडणं त्याला जमलं नाही, पण अगदी धापा टाकेपर्यंत तो प्रयत्न करत राहायचा.

मी त्याला ठेवलेलं नाव रोंटूने चटकन आत्मसात केलं होतं. बरेचसे शब्दही तो शिकला होता. असे शब्द, ज्यांचा त्याच्या दृष्टीने काही अर्थ होता. उदाहरणार्थ 'झाल्वित', आमच्या भाषेतला पेलिकनसाठी असलेला शब्द. 'नाइप' म्हणजे मासा. मी त्याच्याशी खूप बोलायचे. हे शब्द, इतर शब्द आणि बरेचसे त्याला न कळणारे शब्द वापरायचे. जणूकाही मी आमच्या जमातीतल्या माझ्या माणसांपैकी कुणा एकाशी बोलते

आहे, अशा थाटात माझा संवाद चालायचा त्याच्याशी!

"रोंटू," मी माझ्या संध्याकाळच्या जेवणासाठी भाल्यानं एखादा खास मासा मारलेला असायचा. तो त्यानं चोरला की मी म्हणायचे, "मला सांग, तू इतका देखणा कुत्रा आहेस आणि तरी अशा चोऱ्या करतोस, असं का?"

तो आपलं डोकं आधी डावीकडे मग उजवीकडे कलतं करायचा. त्याला त्यातले दोनच शब्द कळलेले असायचे. तरी सगळं काही समजत असल्यासारखा माझ्याकडे बघत राहायचा.

किंवा मी त्याला सांगायचे, "आजचा दिवस किती छान आहे! मी इतका शांत समुद्र कधीच पाहिला नाही आणि आभाळ तर बघ ना, कसं निळ्या शिंपल्यासारखं दिसत आहे. तुला काय वाटतं हे किती दिवस टिकेल?"

काही कळलं नाही तरी रोंटू माझ्याकडे असा बघायचा की, जणूकाही त्याला सारं कळत आहे.

रोंटूच्या सोबतीमुळे मी आता एकाकी नव्हते. गप्पा मारायला रोंटू माझ्या जीवनात येईपर्यंत, आपण किती एकाकी आहोत, हे मला उमगलंच नव्हतं.

पडावाचं काम पूर्ण झालं. डांबर वाळलं. आता मला तो पाण्यातून कसा जातो आहे, फळ्यांमधनं पाणी आत येत आहे का, याची चाचपणी करायची होती. म्हणून आम्ही एका प्रदीर्घ जलपर्यटनाला निघालो; बेटाभोवती प्रदक्षिणा घालायला. आमच्या या जलपर्यटनाला पूर्ण एक दिवस लागला : पहाटेपासून रात्रीपर्यंत!

'निळ्या डॉल्फिन्सच्या बेटा'वर कितीतरी सागरी गुहा* आहेत. त्यातल्या काही अतिशय मोठ्या आहेत आणि त्या थेट कड्यांना जाऊन भिडतात. माझं घर ज्या भूशिरावर होतं; त्या भूशिराजवळ अशी एक सागरी गुहा होती.

त्या गुहेचं तोंड अरुंद होतं... पडाव जेमतेम आत जाईल, एवढंच रुंद. पण एकदाचे आम्ही आत शिरलो मात्र, पुढे ती विस्तारत गेली होती आणि भूशिरावरील माझ्या घरापेक्षाही अधिक प्रशस्त होती.

---

* सागरी गुहा : समुद्राच्या लाटांमुळे जमिनीची झीज होऊन अशी गुहा तयार होते.

तिच्या भिंती काळ्या, गुळगुळीत होत्या. कितीतरी उंच आणि उतरत्या, तिरक्या भिंती. पाणी तितकंच काळं, याला अपवाद म्हणजे गुहेच्या तोंडाशी जिथे प्रकाश यायचा तिथलं पाणी. त्या पाण्याचा रंग सोनेरी झाला होता आणि प्रकाशात मासे सुळकन इकडूनतिकडे पोहताना दिसायचे. रीफवरील माशांसारखे नव्हते ते मासे, वेगळे होते. त्यांचे डोळे मोठ्ठाले, टपोरे होते आणि कल्ले केल्प वनस्पतीसारखे शरीरातून बाहेर पडून प्रवाहाबरोबर वाहात चाललेले होते.

ही गुहा दुसऱ्या एका गुहेत उघडत होती. ही दुसरी गुहा लहान होती आणि तिथे इतका मिट्ट काळोख होता की, मला काही दिसतच नव्हतं. गूढगर्भ शांतता. किनाऱ्यावरल्या लाटांचा यत्किंचितही आवाज नाही. तिथल्या खडकाळ भिंतीवर येऊन आदळणाऱ्या लाटांचा फक्त लपलप आवाज. मला 'तुमाइयोवित' देवाची आठवण झाली. 'मुकात' देवावर रागवून तो खाली पाताळात गेला होता. खोल-खोल दुसऱ्या जगात. तो जिथे गेला होता, ती जागा अशीच असेल का? मी विचार करत होते.

मला खरं तर परत जावंसं वाटत होतं, पण पुढे दूरवर एक प्रकाशाचा ठिपका दिसत होता, माझ्या हाताएवढा असेल तो. म्हणून मागे वळून परत जाण्याऐवजी मी त्या दिशेने प्रवाहाबरोबर जाऊ लागले. बरीच वळणं होती त्या मार्गात. आणि शेवटी पहिल्या गुहेसारख्या दिराणाऱ्या दुसऱ्या एका गुहेत येऊन मी थडकले.

तिच्या एका बाजूला दगडांचं एक रुंदच रुंद फडताळ होतं. एका अरुंद मुखातून ते बाहेर समुद्रापर्यंत धाव घेत होतं. भरती जोरात होती आणि तरीही हे दगडी फडताळ पाण्याच्या बाहेर होतं, अगदी कोरडं. माझा पडाव लपवून ठेवायला अगदी आदर्श, छान जागा होती ती! पडाव उचलून बाहेर आणणं आणि तिथे लपवून ठेवणं सहज शक्य होतं. कुणाच्याच दृष्टीला पडला नसता तो! तिथली कपार माझ्या घराच्या थेट खालीच असलेल्या कड्याला येऊन मिळत होती. आता मला हवी होती ती फक्त एक पायवाट, या गुहेकडे घेऊन येणारी. नंतर तो पडाव माझ्या अगदी जवळ, हाताशी राहिला असता.

"आपण फार मोठा शोध लावला आहे," मी रोंटूला सांगितलं.

रोंटूच्या कानावर माझं बोलणं गेलंच नाही. त्याचं लक्ष होतं, एका

डेव्हिलफिशकडे... गुहेच्या तोंडाशी पलीकडेच होता तो. या माशाचं डोकं लहान असतं. फुगीर डोळे आणि अनेक हात असतात त्याला. दिवसभर रोंटू भुंकत होता – कॉर्मोरंट्सवर, सी-गल्सवर, सील्सवर – हालणाऱ्या, उडणाऱ्या प्रत्येक प्राण्यावर, प्रत्येक पक्ष्यावर! पण आता मात्र तो गप्प झाला होता. पाण्यातल्या त्या काळ्या, अजब जलचराला न्याहाळत होता.

मी वल्हं बाजूला ठेवलं आणि पडाव प्रवाहाबरोबर वाहात जाऊ लागला. भाला उचलून हातात घेत असताना डेव्हिलफिशच्या नजरेस मी पडता कामा नये म्हणून मी गुडघ्यांवर बसले.

डेव्हिलफिश आमच्यासमोर पाण्याच्या पृष्ठभागावर संथपणे पोहत होता. त्याचे सगळे हात एकाच वेळी हालत होते. किनाऱ्यापासून दूर, भर समुद्रात तुम्ही असलात; तर महाकाय डेव्हिलफिश धोकादायक असतो. कारण त्याचे हात माणसाच्या हाताइतके लांब असतात, आणि तो त्या हातांनी तुमच्या शरीराला झटकन विळखा घालू शकतो. डेव्हिलफिशचं तोंडही मोठं असतं आणि डोक्याला जिथे हात जोडलेले असतात तिथे एक तीक्ष्ण चोचही असते. मी आतापर्यंत जे डेव्हिलफिश पाहिले होते, त्या सर्वांत हा मोठा, विशालकाय होता.

रोंटू माझ्यापुढे उभा होता आणि मला पडाव आहे, त्यापेक्षा अधिक चांगल्या स्थितीत आणणं जमण्यासारखं नव्हतं त्यामुळे मला भाल्याचा उपयोग करण्यासाठी बाहेर झुकावं लागलं. मी झुकत असताना त्या डेव्हिलफिशने माझी हालचाल टिपली आणि तत्क्षणी पाण्यात कसल्याशा द्रवाचा एक काळा ढग सोडला आणि त्या ढगात तो पुढच्याच क्षणाला दिसेनासा झाला.

मला कल्पना होती की, डेव्हिलफिश त्या ढगाच्या केंद्रभागी नसणार. फवारा मागे सोडून तो निसटून गेला होता. त्यामुळे मी भाल्यानं त्याचा वेध घेतला नाही, पण वल्हं उचललं आणि तो दिसेपर्यंत थांबून राहिले. तो माझ्यापासून माझ्या पडावाच्या लांबीच्या दुप्पट अंतरावर मला दिसला, पण मी जोरजोरात वल्हं मारूनसुद्धा त्याला गाठू शकले नाही.

"रोंटू," मी हाक मारली. कारण तो पाण्यातल्या त्या काळ्या ढगाकडे पाहात होता. "डेव्हिलफिशबद्दल तुला शिकण्यासारखं बरंच काही आहे."

रोंटूने माझ्याकडे बघितलं नाही. तो भुंकलाही नाही. त्यानं आपलं डोकं एकदा इकडे, एकदा तिकडे नुसतं हालवलं. तो अजूनही गोंधळलेला दिसत होता. तो ढग जेव्हा विरून गेला आणि स्वच्छ, नितळ पाण्याशिवाय तिथे दुसरं काही उरलं नाही; तेव्हा तर रोंटू आणखीनच बुचकळ्यात पडला.

सी-फूडमध्ये डेव्हिलफिश हे सर्वोत्तम अन्न मानलं जातं. त्याचं मांस पांढऱ्या रंगाचं असतं; लुसलुशीत आणि फारच गोड. पण हा मासा पकडायला फारच कठीण. त्याच्यासाठी एक खास प्रकारचा भाला हवा. येणाऱ्या हिवाळ्यामध्ये तसा भाला आपण बनवायचाच. मी आता ठरवूनच टाकलं. हिवाळ्यात भरपूर वेळही हाताशी असतो.

मी पडाव कॉरल कोव्हकडे घेऊन आले. त्या गुहेपासून ते फार लांब नव्हतं. हिवाळ्यामधली वादळं त्याच्यापर्यंत पोहोचू शकणार नाहीत, अशा बेताने एका सुरक्षित ठिकाणी किनाऱ्यावर ओढत आणला. वसंत ऋतू येईपर्यंत तो तिथे सुरक्षित राहिला असता. नंतर मी तो रोंटूने आणि मी शोधून काढलेल्या गुहेत लपवून ठेवला असता. तो वल्हवणं सोपं होतं आणि तो गळतही नव्हता. या गोष्टीचाच मला फार आनंद झाला होता.

सतरा

या वर्षी वादळं आली ती लवकरच, पावसाबरोबर. पाऊस थांबला की, पुढची सर येण्याच्या आधी मधल्या काळात भीतिदायक तुफानी असे वारे बेटावर धिंगाणा घालत होते. बेटाला झोडपून काढत होते. या वाऱ्यांनी वाहून आणलेली वाळू आसमंतात सर्वत्र उडत होती. या काळात मी स्वत:साठी आणखीन एक पेहराव शिवला. पण बरेचसे दिवस मी त्या राक्षसी डेव्हिलफिशला पकडण्यासाठी तो विशिष्ट भाला बनवण्यात घालवले.

माझ्या बाबांना मी जसं तीरकमठे बनवताना पाहिलं होतं, तसंच हा भाला बनवतानाही पाहिलं होतं. तरीपण माझं त्यातलं ज्ञान यथातथाच होतं; इतर गोष्टींचं होतं, तितपतच. एक मात्र होतं की, हा भाला कसा दिसतो आणि कसा वापरला जातो, हे मला चांगलं आठवत होतं. या आठवणींवरूनच बऱ्याच चुका करत-करत, बरेच तास खर्ची घातल्यावर, मी तो भाला बनवण्यात यशस्वी झाले. जमिनीवर मी हे काम करत असताना रोंटू जवळच झोपलेला असायचा आणि वादळ घराच्या छपरावर तडतड ताशा वाजवत असायचं.

सी-एलिफंटच्या दातांपैकी चार दात अजून शिल्लक होते. एक सोडून बाकी सगळे दात मी मोडून टाकले असले, तरी त्या एका दातापासून मी टोकदार अग्र असलेला भाग बनवला. नंतर मी एक चकती बनवली आणि दांड्याच्या टोकाला ती घट्ट बांधून टाकली. या चकतीत तो अग्रभाग बसवून टाकला. पेडात गुंफलेल्या अस्थिबंधापासून बनवलेल्या एका लांबलचक दोरीला तो बांधला. जेव्हा फेकलेला भाला

डेव्हिलफिशवर जाऊन आदळायचा तेव्हा तो वरचा अग्रभाग दांड्यापासून सैल व्हायचा. दांडा पाण्यावर तरंगायचा. परंतु तो टोकदार अग्रभाग मनगटाला बांधलेल्या दोरीला धरून राहायचा. हा भाला विशेष चांगला होता, कारण तो दूर अंतरावर फेकता यायचा.

वसंत ऋतूचं आगमन झालं. पहिल्याच दिवशी मी कॉरल कोव्हकडे गेले माझा नवीन भाला घेऊन! वसंत ऋतू आला आहे हे मला कळलं, कारण त्या दिवशी पहाटे आकाश झेप घेणाऱ्या पक्ष्यांच्या थव्यांनी झाकोळलं होतं. हे पक्षी चिमुकले आणि काळ्या रंगाचे होते आणि वर्षातून याच मौसमात फक्त यायचे. दक्षिणेकडून ते यायचे, दोन दिवस राहायचे, घळींमधलं भक्ष्य शोधायचे, आणि नंतर सारे जण मिळून दूर उत्तरेला उडून जायचे. केवढी उत्तुंग भरारी असायची ती!

रोंटू माझ्याबरोबर किनाऱ्यावर आला नाही, कारण मी त्याला कुंपणाच्या बाहेर सोडलं होतं आणि तो अजून परत आला नव्हता. त्या हिवाळ्यात कितीतरी वेळा रानटी कुत्रे माझ्या घराकडे येऊन गेले होते, पण त्यानं त्यांची दखल घेतली नव्हती. मात्र आदल्या रात्री ते येऊन गेल्यावर तो कुंपणापाशी उभा राहिला होता. उभा राहून तो केकाटत होता. येरझारा घालत होता. त्याचं हे असं विचित्र वागणं पाहून मला काळजी वाटू लागली आणि जेव्हा त्यानं खाणंही नाकारलं, तेव्हा नाइलाजाने मी त्याला बाहेर जाऊ दिलं.

आता मी पाण्यात पडाव घातला आणि जिथे डेव्हिलफिश राहात होता त्या पाण्यात बुडलेल्या खडकाकडे निघाले. प्रवाहाबरोबर माझी नाव पुढे जात होती. पाणी अगदी नितळ, स्वच्छ होतं; आसमंतात भरून राहिलेल्या हवेसारखं! खोल-खोल समुद्राच्या तळाशी सी-फर्न्सची* झुडपं मंदपणे डुलत होती... जणूकाही वाऱ्याच्या मंद झुळका तिथे वाहात आहेत आणि त्या सी-फर्न्समधून वाट काढत डेव्हिलफिश आपले लांबुडके हात फरफटत नेत पोहत होता.

हिवाळ्यातली वादळं ओसरल्यावर समुद्रावर छान वाटत होतं. नवीन भाला माझ्या हातात होता. परंतु सकाळभर मी त्या राक्षसी डेव्हिलफिशच्या शिकारीत व्यग्र असताना मनात सारखे रोंटूचे विचार

---

* सी-फर्न्स : समुद्रातील नेचा वनस्पती.

येत होते. मला खरं तर आनंद व्हायला हवा होता; पण तसा तो मला होत नव्हता. तो परत येईल का? की तो पुन्हा रानटी कुत्र्यांच्या टोळीत सामील झाला आहे? तो पुन्हा माझ्याशी शत्रुत्व करेल का? तसं झालंच तर मला ठाऊक होतं, मी त्याला कधीच मारू शकणार नाही! आता तर तो माझा मित्र झाला होता.

सूर्य डोक्यावर आला आणि मी माझा पडाव आम्ही शोधून काढलेल्या गुहेमध्ये लपवून ठेवला. कारण पुन्हा एकदा ॲल्यूट्स परत यायची वेळ झाली होती. दोन छोट्या बास माशांची भाल्यानं शिकार करून मी कड्यावर गेले. राक्षसी डेव्हिलफिशला मात्र मी मारू शकले नाही. त्या सागरी गुहेपासून माझ्या घरापर्यंत एक पायवाट बनवायचा माझा इरादा होता. पण नंतर ठरवलं की नकोच. जहाजावर किंवा समजा भूशिरावर कुणी उभं राहिलं, तर ती पायवाट त्याच्या नजरेस पडायची.

ती चढण चांगलीच उंच होती. वरती पोहोचल्यावर मी थोडा दम खाल्ला. झुडपांमधून उडणाऱ्या चिमुकल्या पक्ष्यांची किलबिल आणि सी-गलचा कलकलाट वगळता ती सकाळ अगदी शांत होती. गल्सना हे अनाहूत पाहुणे मुळीच आवडले नव्हते. नंतर मला कुत्र्यांच्या भांडणांचा आवाज ऐकू येऊ लागला. आवाज खूप दूरवरून येत होता. कदाचित घळीतून असावा म्हणून मी तीरकमठा घेऊन धावतच त्या आवाजाच्या रोखाने निघाले.

झऱ्याकडे जाणाऱ्या त्या रस्त्यानं मी गेले. झऱ्याच्या आवतीभोवती रानटी कुत्र्यांच्या पावलांचे ठसे होते आणि त्यातच मला रोंटूचे मोठे ठसे दिसले. ते ठसे घळीतून दूर घेऊन जात होते. ही घळ वळणं घेत-घेत समुद्राकडे जाते. मला पुन्हा एकदा दूरवरचं भांडण ऐकू आलं.

माझ्याजवळ असलेल्या तीरकमठ्यामुळे मी घळीतून सावकाश जात होते.

शेवटी मी अशा जागी आले, जिथे ती पायवाट एका फारशा उंच नसलेल्या समुद्रसुळक्याच्या* अगदी टोकालगत असलेल्या एका कुरणाशी

* समुद्रसुळका : समुद्राच्या टोकाला पाण्यावर ओठंगून आलेले उंच, खडकाळ कडे वा सुळके.

येऊन संपते. कधीतरी उन्हाळ्यामध्ये कित्येक वर्षांपूर्वी माझी माणसं इथे राहिली होती. खडकांमध्ये सापडणारे शेलफिश ते गोळा करायचे, इथेच खायचे, आणि कवचं इथेच फेकून द्यायचे. इतक्या वर्षांमधली कवचं साठून-साठून त्यांचं आता एका टेकडीत रूपांतर झालं होतं. या टेकडीवर गवत वाढलं होतं आणि दाट पानांची 'नपन' नावाची झुडपंसुद्धा!

या टेकडीवर गवताच्या आणि झुडपांच्या गर्दीत रोंटू उभा होता. माझ्या दिशेने त्याचं तोंड होतं आणि समुद्रसुळक्याकडे पाठ होती. त्याच्यासमोर होती, अर्धगोलाकार करून उभी असलेली रानटी कुत्री! पहिल्यांदा मला वाटलं, तो कळपच त्याला या कड्यापर्यंत रेटत घेऊन आला असणार आणि आता कुठल्याही क्षणी ते त्याच्यावर तुटून पडतील. पण लवकरच मला दिसलं, दोन कुत्रे बाकीच्या कळपापासून वेगळे होऊन त्या कळपाच्या आणि रोंटूच्या मधोमध उभे होते. त्यांची मुस्काटं रक्तबंबाळ झालेली होती.

या दोघांमधल्या एका कुत्र्यानं आता रोंटूची जागा घेतली होती. तो त्यांचा म्होरक्या झाला होता. ही गोष्ट रोंटू माझ्याबरोबर राहू लागल्यानंतरची. दुसरा कुत्रा, ज्याच्या अंगावर ठिपके होते; त्याला मी कधीच पाहिलं नव्हतं. ही झुंज होती, ती रोंटू आणि या दोघा कुत्र्यांमधली आणि जो कुणी मार खाईल, त्याच्यावर हल्ला करायला बाकीचे कुत्रे होतेच टपलेले!

या कुत्र्यांचं भुंकणं इतकं कर्कश होतं की, मी ब्रशच्या झुडपातून पुढे आल्याचंही त्यांना कळलं नाही. आत्ता मी कुरणाच्या कडेला उभी होते, तेही त्यांना दिसलं नाही. आपला पार्श्वभाग टेकवून ते बसले होते आणि भुंकत होते. डोळे इतरांवर खिळलेले होते. पण मला खातरी होती, रोंटूला मी जवळपासच कुठेतरी असल्याचा सुगावा लागला असणार. कारणं त्यानं डोकं उंचावलं आणि हवेत हुंगून वास घेतला.

टेकडीच्या पायथ्याशी ते दोन्ही कुत्रे दुडक्या चालीने मागे-पुढे धावत होते. त्यांचं लक्ष सगळं रोंटूवर होतं. कदाचित झुंज सुरू झाली असणार झऱ्याच्या जवळ आणि ते त्याला रेटत-रेटत इथवर घेऊन आले असणार. इथे, या ठिकाणी रोंटूने झुंज द्यायचं ठरवलं होतं. झुंजीसाठी त्यानं ही जागा निवडली होती.

समुद्रसुळका त्याच्या मागे होता आणि ते त्या दिशेने त्याच्यापर्यंत

पोहोचू शकत नव्हते. तेव्हा दुसरा कोणतातरी मार्ग काढायचा त्यांचा प्रयत्न चालला होता, ते त्याच विचारात होते. एकाने त्याला पाठीमागून गाठायचं आणि दुसऱ्यानं पुढून, असं केलं तर सोपं जाणार होतं.

त्या टेकडीवर ज्या जागी रोंटू उभा राहिला होता, त्या जागेवरून तो मुळीच हालला नाही. मधून-मधून तो मान खाली घालून पायाला झालेली जखम चाटत होता. पण हे करत असतानाही त्याची नजर येरझारा घालणाऱ्या त्या दोन कुत्र्यांवरून ढळत नव्हती.

मी त्यांना बाणाने सहजपणे टिपू शकले असते; कारण एक तर ते माझ्या धनुष्याच्या अगदी कक्षेत होते आणि दुसरं म्हणजे कळपापासून अलग झाले होते. तरीसुद्धा मी गवतामध्ये उभी राहून काय घडतं आहे, ते निरखत राहिले. ही झुंज रोंटू आणि त्यांच्यामध्ये होती. मी जर ती थांबवली असती, तर नक्कीच पुन्हा कधीतरी त्यांनी ती चालूच ठेवली असती आणि कदाचित रोंटूला अडचणीच्या जागेत गाठलं असतं.

रोंटूने पुन्हा त्याची जखम चाटली. या वेळी टेकडीच्या मागे हळूच जाणारे ते दोघं कुत्रे त्याच्या नजरेस पडले नाहीत. मला वाटलं ती एक हूल होती आणि तेच खरं झालं. कारण अचानक ते त्याच्या दिशेने धावत आले. टेकडीच्या दोन्ही बाजूंनी दोघे आले; कान टवकारलेले, दात विचकलेले.

पण हल्ल्याची वाट पाहात न थांबता रोंटू जवळच्या कुत्र्यावर झेप घेत गरकन वळला. त्याला त्यानं बगल दिली आणि खाली वाकून त्या कुत्र्याचा पुढचा पाय पकडला. कळप स्तब्ध! त्या शांततेत मला हाड मोडल्याचा आवाज ऐकू आला. त्या कुत्र्यानं तीन पायांवर माघार घेतली.

एव्हाना तो ठिपकेदार कुत्रा टेकडीच्या माथ्यावर चढला होता. ज्याला पंगू केलं होतं, त्याला सोडून स्वत:भोवती गरगर फिरत रोंटू आता त्या दुसऱ्या कुत्र्याला सामोरा गेला. पण त्याचा पहिला जबरदस्त हल्ला त्याला वेळेवर थोपवता आला नाही. त्याचे दात त्याच्या गळ्यात घुसले आणि त्यानं झटका दिल्यावर तेच दात मानेऐवजी बगलेत रुतले, जिथे खोल जखम झाली आणि रोंटू खाली गेला.

त्या क्षणी, रोंटू असा गवतावर पडून राहिलेला असताना तो ठिपकेदार कुत्रा सावधपणे त्याच्याभोवती गोल-गोल फिरत होता. कळप

हळूहळू त्याच्या दिशेने पुढे सरकत होता. नकळत मी धनुष्याला बाण जोडला. रोंटूपासून त्याचा हल्लेखोर पुरेसा लांब गेला. रोंटू अजून घायाळ व्हायच्या आत किंवा तो कळप त्याच्यावर तुटून पडायच्या आतच मला ही झुंज संपवता आली असती. परंतु तरीसुद्धा पूर्वीसारखाच, मी बाण नाही सोडला.

तो ठिपकेदार कुत्रा थोडा थांबला. आल्या वाटेने मागे फिरला आणि त्यानं पुन्हा झेप घेतली – या वेळी पाठीमागून!

रोंटू अजूनही गवतात पडला होता आणि त्याचे पंजे त्याच्या अंगाखाली होते. आणि मला वाटलं त्याच्यावर तो दुसरा कुत्रा चालून येतो आहे, हे त्याला दिसलं नसावं. पण तसं नव्हतं. दबा धरून बसला होता तो तिथे. अचानक तो उसळला आणि त्याच वेळी त्यानं त्याचे दात त्या कुत्र्याच्या नरड्यात खुपसले.

ते दोघं त्या टेकडीवरून गडगडत खाली आले. तरी पण रोंटूची पकड सैल झाली नाही. इकडे गवतामध्ये कळप अस्वस्थ झाला होता.

थोड्याच वेळात रोंटू उठून पायावर उभा राहिला आणि त्या ठिपकेदार कुत्र्याला तिथेच सोडून निघाला. तो तिथे निश्चल पडला होता. रोंटू टेकडीवर चढला. त्यानं मान वर केली आणि एक प्रदीर्घ आरोळी ठोकली. असा आवाज मी या आधी कधीच ऐकला नव्हता. त्या आरोळीतून तो बरंच काही सांगत होता. मला काही ते कळलं नाही.

मला मागे टाकून तो घळीकडे गेला. मी घरापाशी आले तेव्हा तो तिथे माझी वाट बघत होता, जणूकाही तो कुठे गेलाच नव्हता! काही घडलंच नव्हतं, अशा थाटात!

त्यानंतरच्या आयुष्यात रोंटू मला कधीच सोडून गेला नाही. आणि ते रानटी कुत्रे?... काही कारणाने त्यांच्यामध्ये फूट पडली आणि त्यानंतर तेही कधी भूशिराकडे परत फिरकले नाहीत.

अठरा

हिवाळ्यात धो-धो पाऊस पडून गेला होता. त्यामुळे त्या वसंत ऋतूत फुलांना अमाप बहर आला होता. सँड-ड्यून्सवर वालुकाफुलांचा जणू गालिचाच अंथरला होता. या वालुकाफुलांचा रंग लाल असतो आणि मध्ये जणू लुकलुकणारे डोळे; कधी गुलाबी, तर कधी पांढऱ्या रंगाचे. घळीमधल्या खडकांवर 'युकास'* ताडमाड वाढले होते. त्यांनी मस्तकी धारण केलेले केसाळ, गोलाकार कंद गारगोट्यांपेक्षा मोठे नाहीत आणि रंग सूर्योदय होत असताना जसा सूर्याचा असतो, तसा. जिथे झरे वाहात होते, तिथे 'ल्यूपिन्स'*ची झाडं उगवली होती. जिथे भरपूर सूर्यप्रकाश पोहोचत होता अशा कड्यांपासून ते जिथे काही उगवू शकेल, असं स्वप्नातही वाटणार नाही अशा दगडांच्या फटींमध्ये, सर्वत्र 'कोम्पुल' झुडपांची लाल-पिवळी कारंजी उसळली होती.

यंदा पक्षीही संख्येने विपुल होते. चिकार हमिंग बर्ड्स* होते. हवेमध्ये हे पक्षी निश्चल उभे राहू शकतात. पॉलिश केलेल्या दगडाच्या कपच्यांसारखे ते दिसतात आणि मधाचे घुटके घेण्यासाठी त्यांना लांब-लांब जिभा असतात. याशिवाय 'ब्ल्यू जय'* नावाचे पक्षी होते. हे 'ब्ल्यू जय' भारी भांडकुदळ असतात. तसेच काळे-पांढरे सुतार पक्षी. युकाच्या देठांमध्ये किंवा खोडांमध्ये आणि माझ्या छपराच्या खांबांवर ते चोच

---

* युकास : अमेरिकेत पांढऱ्या फुलांचे झाड. पाने तलवारीसारखी असतात.

* ल्यूपिन्स : निमुळते होत जाणारे पुष्पगुच्छ.

* हमिंग बर्ड : आकाराने सर्वांत लहान पक्षी. पश्चिम गोलार्धात आढळतो.

* ब्ल्यू जय : नॉर्थ अमेरिकेतला एक पक्षी.

मारत राहायचे आणि चोचीने छिद्रे पाडायचे. अगदी माझ्या घराच्या कुंपणातली देवमाशाची हाडंही त्यांच्या कचाट्यातून सुटली नाहीत. तांबड्या पंखांचे ब्लॅक बर्ड्ससुद्धा दक्षिणेकडून उडत आले होते, हजेरी लावायला आणि कावळ्यांचे थवे आले होते. एक पिवळ्या अंगाचा, शेंदरी डोक्याचा पक्षीसुद्धा आला. मी या पक्ष्याला यापूर्वी कधीच पाहिलं नव्हतं.

माझ्या घराजवळ असलेल्या एका खुरटलेल्या झाडावर या पक्ष्यांच्या एका जोडीने घरटं केलं होतं. युकाच्या तंतूंपासून ते बांधलं होतं. वरच्या बाजूला एक चिमुकलं प्रवेशद्वार दिसत होतं. ते घरटं पिशवीसारखं लटकत होतं. मादीने दोन ठिपके असलेली अंडी घातली आणि ती आणि तिचा सहचर आळीपाळीने ती अंडी उबवत होते. यथावकाश त्यातून पिल्लं बाहेर आली. मग मी ॲबेलॉनचे बारीक-बारीक तुकडे करून ते झाडाखाली ठेवू लागले आणि ते घास ती तिच्या पिल्लांना भरवू लागली.

ती पिल्लं त्यांच्या आई-वडिलांसारखी नव्हती. करड्या रंगाची आणि अगदीच कुरूप होती. पण ते काही का असेना, मी त्यांना घरट्यातून खाली काढलं आणि वेळूच्या एका लहानशा पिंजऱ्यात ठेवलं. हा पिंजरा मीच बनवला होता. त्यामुळे वसंत ऋतूच्या उत्तरार्धात; जेव्हा कावळे वगळता इतर साऱ्या पक्ष्यांनी बेट सोडलं आणि ते उत्तरेला निघून गेले; तेव्हा हे दोघं पक्षी माझे दोस्त बनून राहिले.

लवकरच त्यांनाही त्यांच्या आई-वडिलांसारखी सुंदर पिसं फुटली आणि त्यांनी तसाच 'रीप-रीप' आवाज काढायला सुरुवात केली. पण तो मृदू आणि स्पष्ट होता आणि गल्स किंवा कावळ्यांच्या कलकलाटापेक्षा किंवा पेलिकन्सच्या वटवटीपेक्षा कितीतरी मधुर होता. पेलिकन्सची वटवट म्हणजे तर डोक्याला तापच असतो. दातांचं बोळकं झालेले म्हातारे भांडावेत ना, तसा!!

उन्हाळ्याचं आगमन होण्यापूर्वी हा पिंजरा माझ्या दोघा पिल्लांना फारच अपुरा पडू लागला. पण मोठा पिंजरा बनवण्यापेक्षा मी त्यांच्या पंखांच्या कडा कापल्या– प्रत्येकाचा एक पंख. त्यामुळे त्यांना आता दूर उडून जाता येणार नव्हतं आणि त्यांना घरातच मोकळं सोडलं. त्यांच्या पंखांत बळ येईपर्यंत ती दोघं माझ्या हातातून खाणं घ्यायला शिकली

होती. छपरावरून ती खाली सूर मारायची. फांदीवर बसावं तशी माझ्या हातावर रेलून बसायची आणि रीप-रीप आवाज करून खायला दे, खायला दे अशी विनवणी करायची.

जेव्हा त्यांच्या पंखांना पिसं फुटू लागली, तेव्हा मी पुन्हा ती कापली. या वेळेस मी त्यांना अंगणात मोकळं सोडलं. इथे ते खाण्याच्या शोधात इकडेतिकडे टुण-टुण उड्या मारत जायचे. रोंटूच्या पाठीवर स्वार व्हायचे. आत्तापर्यंत त्यालाही त्यांची सवय झाली होती. पुढच्या वेळी मात्र त्यांना पिसं फुटल्यावर मी ती छाटली नाहीत. पण ते घळीच्या पुढे कधीच उडत जायचे नाहीत. झोपायला रात्री कायम घरी यायचे आणि कितीही खाणं झालं असलं, तरी माझ्याकडे मागायचेच.

त्यातला एक पक्षी आकाराने मोठा असल्यानं मी त्याचं नाव, 'तैनोर' असं ठेवलं. हे नाव मी एका तरुणावरून ठेवलं होतं. हा तरुण मला आवडायचा; पण तो ॲल्यूट्सकडून मारला गेला होता. दुसऱ्याचं नाव ठेवलं होतं, 'ल्यूराई.' 'कराना'ऐवजी या नावाने मला सर्वांनी ओळखावं असं मला वाटायचं.

या पक्ष्यांना माणसाळवत असताना एकीकडे मी आणखीन एक स्कर्ट बनवला. हासुद्धा मी युकाच्या तंतूंपासून बनवला. आधी ते पाण्यात घालून मऊ केले आणि मग एकत्र पेडात गुंफले. हा स्कर्टही मी आधीच्या स्कर्टसारखाच बनवला; रुंद चुण्यांचा, दोन्ही बाजूंनी मोकळा आणि माझ्या गुडघ्यापर्यंत येणारा. सीलच्या कातडीपासून मी एक पट्टा बनवला. त्याची गाठपण मारता यायची. उन्हाचे चटके बसत असताना सँड-ड्यून्सवरून चालता यावं म्हणून, सीलच्याच कातडीपासून पायात घालण्यासाठी जोडेही बनवले. तसंच जेव्हा युकाच्या गुंफलेल्या धाग्यांपासून बनवलेला माझा नवा स्कर्ट मी घालायचे, तेव्हा त्या स्कर्टला उठाव येण्याकरता हे जोडे मी घालायचे.

बरेचदा मी तो स्कर्ट आणि ते जोडे घालून रोंटूबरोबर कड्यावर फिरायला जायचे. कधीकधी मी फुलांची वेणी बनवून ती आपल्या केसात माळायचे. ॲल्यूट्स लोकांनी कॉरल कोव्ह बंदरावर आमची माणसं मारली त्यानंतर आमच्या जमातीतल्या साऱ्या स्त्रियांनी शोकप्रदर्शनासाठी केसांची टोकं जाळून ते आखूड केले होते. मीदेखील काटक्यांच्या मोळीने माझे केस जाळून आखूड केले होते. परंतु आता

ते वाढून पुन्हा लांब झाले होते आणि माझ्या कमरेपर्यंत रुळत होते. मी त्यांचा भांग पाडून पाठीवर तसेच मोकळे सोडून द्यायचे. अपवाद फक्त त्या वेळचा, जेव्हा मी केसात फुलांची वेणी माळायचे. त्या वेळी मी वेण्या घालायचे आणि देवमाशाच्या हाडांपासून बनवलेल्या पिनांनी घट्ट बांधून टाकायचे.

रोंटूच्या गळ्यात घालायलासुद्धा मी एक फुलांची माळ गुंफली होती, पण त्याला ती मुळीच आवडली नव्हती. दोघं मिळून आम्ही कड्यावर फिरायला जात असू, खाली पसरलेल्या अथांग समुद्राकडे बघत असू. त्या वसंत ऋतूत गोऱ्या लोकांचं जहाज परत आलं नसलं, तरीसुद्धा तो मोठा आनंदाचा काळ होता. फुलांचा सुगंध हवेत भरून राहिलेला असायचा आणि पक्ष्यांची मधुर गाणी सर्वत्र ऐकू यायची.

एकोणीस

बघता-बघता दुसरा उन्हाळा आला. पण अजूनही मी त्या गुहेजवळ राहाणाऱ्या राक्षसी डेव्हिलफिशला माझ्या भाल्यानं मारू शकले नव्हते.

वसंत ऋतूत दररोज, रोंटू आणि मी त्याचा शोध घेत असू. मी पडाव पाण्यात घालायचे आणि संथपणे गुहेतून वल्हवत न्यायचे... गुहेच्या एका प्रवेशद्वारापासून दुसऱ्या प्रवेशद्वारापर्यंत. बऱ्याचदा हा शोध कितीतरी वेळ चालायचा – एकदा, दोनदा, तीनदा. गुहेतल्या काळ्या पाण्यावर, सूर्यप्रकाशाने जिथे पाण्याचा पट्टा उजळून जातो त्या ठिकाणी मला बरेच डेव्हिलफिश दिसले, पण तो राक्षसी डेव्हिलफिश काही दिसला नाही.

शेवटी मी त्याचा नाद सोडून दिला आणि हिवाळ्याची तरतूद म्हणून ॲबेलॉन्स गोळा करू लागले. लाल रंगांच्या शिंपल्यांमध्ये चवीला अवीट गोडीचे असे मांस असते आणि वाळवण्याच्या दृष्टीनेही ते सर्वोत्तम असतात. हिरव्या रंगाचे आणि काळ्या रंगाचे शिंपलेही चविष्ट असतात; परंतु लाल रंगाचे सर्वांत गोड असल्यानं स्टारफिश त्यांच्यावर तुटून पडतात.

हा चांदणीच्या आकाराचा प्राणी ॲबेलॉन्सच्या शिंपल्यावर स्वत: चढून बसतो. ॲबेलॉन ज्या खडकाला घट्ट चिकटलेले असतात, त्या खडकावर तो आपले पाचही हात फैलावतो. आपल्या नांग्यांनी शिंपल्याला घट्ट पकडतो आणि नंतर हा स्टारफिश ॲबेलॉनच्या शिंपल्याला ओढत राहातो. त्याला आपल्या नांग्यांनी जखडून ठेवतो आणि एकीकडे पायांनी ढकलत राहातो. तो वजनदार शिंपला अखेरीस त्याच्या शरीरापासून

हळूहळू सैल होऊन पडेपर्यंत त्याचं हे काम चालू राहातं. कधीकधी तर कित्येक दिवस!

एक दिवस सकाळी आम्ही ती गुहा सोडली आणि पडाव वल्हवत, ती गुहा जिथे त्या पाण्यातल्या खडकाला जाऊन मिळते, तिथे गेलो.

कित्येक दिवस मी कॉरल कोव्हच्या खडकांवर सापडणारे थोडेफार शेलफिश गोळा करत होते. पण माझं जास्त लक्ष त्या पाण्यातल्या खडकाकडे होतं आणि मी योग्य संधीची वाट पाहात होते. कारण ज्या वेळी तिथे फारसे स्टारफिश नसतील; तेव्हाच माझं काम सोपं होणार होतं. याचं कारण म्हणजे खडकांना चिकटलेले ॲबेलॉन्स उचकटून काढणं जितकं कठीण असतं, तितकंच स्टारफिश ॲबेलॉन्सपासून सोडवून घेणं कठीण असतं.

ती ओहोटीची वेळ होती त्यामुळे तो खडक पाण्यातून बराच वर आला होता. त्याच्या बाजूंना अमाप संख्येने लाल ॲबेलॉन्स चिकटले होते आणि सुदैवाने तिथे फार थोडे स्टारफिश होते. त्यामुळे सूर्य माध्यान्ही येईपर्यंत मी माझ्या पडावाचा तळ ॲबेलॉन्सनी भरून टाकला.

त्या दिवशी वारा पडला होता. माझ्या पडावात जेवढे ॲबेलॉन्स मला नेता येतील तेवढे भरून ठेवले आणि पडाव बांधून टाकला. त्यानंतर रात्रीच्या जेवणासाठी भाल्यानं एखाद-दुसऱ्या माशाची काही मेजवानी मिळते आहे का, ते बघायला मी त्या पाण्यातल्या खडकावर चढले. रोंटू माझ्या मागोमाग होताच.

केल्पच्या गालिच्यापलीकडे ब्ल्यू डॉल्फिन्स उड्या मारत होते. केल्पच्या गालिच्यावर ऑटर्सची जलक्रीडा चालली होती. त्यांना कधीच कंटाळा येत नाही, असे खेळ ते खेळत होते आणि माझ्या आजूबाजूला सर्वत्र गल्स एक प्रकारच्या कालवांची शिकार करत होते. केल्पच्या तरंगत्या पानांवर त्यांची पैदास होते. या उन्हाळ्यामध्ये ते इतक्या विपुल संख्येने होते की, पाण्यातल्या खडकाजवळचा केल्पचा गालिचा त्यांच्या वज़नाने तळाला खेचला गेला होता, आणि तरीसुद्धा गल्सच्या तावडीत सापडतील, अशी असंख्य कालवं तिथे होतीच. आपल्या चोचीत ती कालवं पकडून गल्स खडकापासून वर उंच उडायचे आणि त्यांना खाली टाकून द्यायचे. नंतर खालच्या दगडांवर सूर मारून फुटलेल्या त्या शिंपल्यांमधलं मांस मटकवायचे.

पाण्यातल्या त्या खडकावर पावसाच्या सरींसारखा त्या कालवांचा वर्षाव होत होता. ते दृश्य बघताना मला मज्जा वाटत होती. पण रोंटूला नाही! हे सगळं काय चाललं आहे, तेच त्याला कळत नव्हतं. त्या गल्सना हुलकावणी देत मी पाण्यातल्या खडकाच्या टोकाला गेले. इथे समुद्रातले सर्वांत मोठे मासे राहातात. अस्थिबंधाची दोरी आणि तिला अडकवलेला ॲबेलॉनच्या शिंपल्यांचा हूक यांच्या साहाय्यानं मी दोन मासे पकडले. मोठ्या डोक्याचे आणि लांब दातांचे; पण स्वादिष्ट. त्यातला एक मी रोंटूला दिला आणि पडावाकडे परत येत असताना जांभळ्या रंगाचे सी-अर्चिन्स पकडले. रंग देण्यासाठी त्यांचा उपयोग झाला असता. गोल, काटेरी शिंपल्यात राहाणारा हा एक छोटा समुद्रप्राणी असतो.

माझ्या पुढे दुडक्या चालीने चालणारा रोंटू अचानक थांबला. त्याच्या तोंडातला मासा गळून पडला आणि तो पाण्यातल्या खडकाच्या टोकाला जाऊन खाली पाहू लागला. तिथे त्या नितळ, स्वच्छ पाण्यात एक डेव्हिलफिश पोहत होता. मी ज्याचा शोध घेत होते, तोच होता तो. तो राक्षसी डेव्हिलफिश!

या भागात क्वचितच कधी डेव्हिलफिश दिसायचा. कारण त्यांना खोल पाण्यात राहायला आवडतं आणि पाण्यातल्या या खडकाच्या या बाजूचं पाणी उथळ आहे. कदाचित हा त्या सागरी गुहेत राहात असावा आणि तिथे खायला मिळालं नाही, तरच इकडे वरती येत असावा.

रोंटू अजिबात आवाज न करता बघत होता. मी भाल्याचं ते टोकदार अग्र आणि त्याला धरून ठेवणारी लांबलचक दोरी माझ्या मनगटाला बांधली. नंतर मी मागे झाले आणि पाण्यातल्या खडकाच्या कडेला रांगत गेले.

तो राक्षस तसूभरही हालला नव्हता. पाण्याखाली, अगदी पाण्याच्या पृष्ठभागालगतच तो तरंगत होता आणि मला त्याचे डोळे इथून स्पष्ट दिसत होते. आकाराने छोट्या दगडांइतके आणि डोक्यातून बाहेर आल्यासारखे. काळ्या कडा, मध्यभागी सोनेरी रंग आणि त्याच्या मधोमध एक काळा ठिपका! भुताच्या डोळ्यांसारखे. एके रात्री जेव्हा पाऊस पडत होता आणि आकाशात विजा नागमोडी चकमत होत्या, तेव्हा मला ते भूत दिसलं होतं.

माझे हात टेकले होते, त्या खडकाला एक खोल चीर गेली होती आणि त्यात एक मासा लपला होता.

पाण्यातल्या खडकापासून तो राक्षस माझ्या भाल्याच्या लांबीच्या निम्म्या अंतरावर होता. पण मी त्याचं निरीक्षण करत असताना त्याचा एक लांबच लांब हात सापासारखा सरसरत पुढे आला आणि खडकाच्या त्या फटीत चाचपडू लागला. त्या माशाला ओलांडून तो खडकाच्या बाजूने पुढे गेला आणि त्याच्या टोकाशी पोहोचल्यावर मागे वळला. त्या हाताने मागच्या बाजूने त्यानं माशाला हळूच विळखा घातला मात्र; मी एक गुडघा टेकवून उठले आणि भाला फेकला.

मी त्या राक्षसी डेव्हिलफिशच्या मस्तकाच्या दिशेने वेध घेतला होता, पण तो मी पकडलेल्या दोन माशांहून अधिक मोठा असला आणि चांगलं लक्ष्य असला, तरी माझा नेम चुकला. भाला पाण्यावर आपटून खाली गेला आणि तिरका होऊन तरंगत राहिला. तत्क्षणी डेव्हिलफिशला एका काळ्या ढगाने घेरून टाकलं. मला त्या काळ्या ढगातून एकच दृश्य दिसत होतं; त्याचा तो लांबलचक हात अजून आपल्या भक्ष्याला घट्ट पकडून होता, त्याची पकड अजिबात सैल झालेली नव्हती.

मी भाला खेचून घेण्यासाठी ताडकन उभी राहिले. मनात एक आशा होती, आपल्याला तो पुन्हा एकदा वापरता येईल! तशी संधी परत मिळेल कदाचित. मी तसं केल्यावर दांडा पृष्ठभागावर येऊन वर-खाली हेलकावे खाऊ लागला आणि मला दिसलं, त्याचं काटेरी टोक सैल होऊन निघून आलं होतं.

त्याच क्षणी दोरी ताणली गेली. माझी तिच्यावरची पकड सुटली आणि मला जाणीव झाली, आपण डेव्हिलफिशवर भालाफेक करण्यात यशस्वी झालो आहोत. त्याचबरोबर झटकन मी धरून ठेवलेली दोरीची वेटोळी सोडून दिली. कारण दोरी जेव्हा सरसरत वेगाने जाऊ लागते तेव्हा एकतर तुमचे हात पोळतात किंवा मग ती दोरी गुंतत जाते.

इतर जलचर प्राण्यांसारखा डेव्हिलफिश कल्ल्यांच्या किंवा फ्लिपर्सच्या मदतीने पोहत नाही. त्याच्या शरीराच्या पुढच्या भागात असलेल्या एका छिद्रातून तो पाणी आत घेतो आणि दोन फटींमधून ते पाणी मागे शरीराच्या बाहेर सोडतो. तो जेव्हा संथगतीने पोहत असतो तेव्हाच

फक्त आपल्याला हे दोन प्रवाह त्याच्या मागून जाताना दिसतात. तो जेव्हा वेगाने पोहू लागतो तेव्हा पाण्याच्या फेसाशिवाय दुसरं काही दिसत नाही.

मी खाली खडकावर टाकून दिलेलं दोरीचं वेटोळं उड्या मारत पुढे सरकू लागलं आणि सरसर जात असताना त्याचा नादमय आवाज ऐकू येऊ लागला. नंतर ते दिसेनासं झालं. माझ्या मनगटाला बांधलेली दोरी ताणली गेली आणि त्या काचाची (धक्क्याची) तीव्रता कमी व्हावी म्हणून मी खडकाच्या त्या चिरेच्या पलीकडे उडी मारली. तो डेव्हिलफिश ज्या दिशेने निघाला होता त्या दिशेला मी जाऊ लागले. दोरी अद्यापि दोन्ही हातांमध्ये पण अजून माझ्या मनगटाला बांधलेली होती अशा अवस्थेत मी त्या निसरड्या खडकावर घट्ट पाय रोवून उभी राहिले आणि मागे झुकले.

डेव्हिलफिशच्या वजनाने दोरीवरचा ताण अजून वाढला. ती ताणली जाऊ लागली आणि कदाचित ती तुटेल या भीतीने मी पुढे चालत राहिले, पावलं टाकत राहिले. तरीसुद्धा मी त्याला प्रत्येक पावलागणीक मला खेचायला लावत होते.

तो खडकाच्या कडेकडेने त्या सागरी गुहेकडे निघाला होता. गुहा अजून बरीच लांब होती. तो गुहेपर्यंत पोहोचू शकला तर नक्कीच मला रिकाम्या हाताने मागे फिरावं लागणार. पडाव माझ्या अगदी पुढ्यात, समोर बांधलेला. एकदा का त्याच्यात मी बसले की मी त्याला तो अगदी थकेपर्यंत हवं तितकं खेचू दिलं असतं! पण हातातल्या दोरीवरची पकड सैल न होऊ देता तो बांधलेला पडाव सोडून त्यात बसणं कठीणच होतं. ते कसं जमवणार?

हा सर्व वेळ रोंटू खडकावर इकडूनतिकडे धावत होता. माझ्यावर झेप घेत होता, भुंकत होता. त्यामुळे माझं काम आणखीनच कठीण होऊन बसलं होतं.

पावला-पावलाने मी पुढं चालले होते, डेव्हिलफिश गुहेजवळच्या खोल पाण्यात शिरेपर्यंत! तो इतका जवळ होता की, मला थांबणं भाग होतं; अगदी अस्थिबंध तुटला आणि त्याला गमावलं तरी निरुपाय होता. म्हणून मी घट्ट पाय रोवून उभी राहिले आणि जराही हालले नाही. अस्थिबंध ताणला गेला... त्याबरोबर पाण्याचे तुषार उडाले. तो ताणल्याचा

आवाजही मला ऐकू आला. आता तर माझी खातरीच झाली, तो आता तटकन तुटणार! तो माझ्या हाताला कापून जातो आहे ही संवेदना मला झाली नाही; तरी माझे हात रक्ताळले एवढं मात्र खरं!

नंतर अचानक ती ओढ कमी झाली आणि माझी खातरीच पटली तो गेला आहे म्हणून! पण पुढच्याच क्षणी मला ती दोरी पाण्यावर मोठं वर्तुळ काढत पाणी कापताना दिसली. याचाच अर्थ तो डेव्हिलफिश गुहेपासून आणि पाण्यातल्या खडकापासून दूर पोहत निघाला होता. कुठल्यातरी खडकांकडे, ते दोरीच्या लांबीच्या दुप्पट अंतरावर होते. तिथे तो सुरक्षिततही राहिला असता. कारण त्या खडकांमध्ये लपायला बऱ्याच जागा होत्या.

तो त्या खडकांकडे निघाला असताना मी ती दोरी थोडीशी खेचली. पण लवकरच मला ती सोडून द्यावी लागली. तिच्यावरचा ताण पुन्हा वाढू लागला आणि ती ताणली जाऊ लागली. इथलं पाणी माझ्या कमरेच्या थोडसंच वर होतं. तेव्हा मी स्वत:ला पाण्यातल्या खडकावरून खाली झोकून दिलं.

त्या खडकांपासून जवळच एक सँडबार होता. त्या पट्ट्यावरून सावधतेने पावलं टाकत (बिळांनी बुजबुजलेला होता तो), मी हळूहळू माझा मोर्चा तिकडे वळवला. रोंटूही माझ्यासोबत पोहत होता.

तो डेव्हिलफिश तिथे जाऊन तिथल्या खडकात लपायच्या आधीच मी त्या सँडबारवर जाऊन पोहोचले. दोरी पकडलेली होती आणि तो पुन्हा मागे वळला. पुन्हा एकदा गुहेच्या दिशेने जाऊ लागला. पुन्हा-पुन्हा दोन वेळा त्यानं असं केलं. दर वेळेला मी थोडीशी दोरी खेचून घ्यायचे. तिसऱ्यांदा, तो उथळ पाण्यातून वरती आल्यावर मी मागे झाले. सँडबार ओलांडून पलीकडे गेले... त्यानं मला पाहू नये म्हणून! आणि अंगातला सर्व जोर एकवटून मी ती दोरी खेचली.

तो राक्षस वाळूवर घसरला. त्याचे हात फैलावलेले, थोडेसे पाण्यात. मला क्षणभर वाटलं हा मेलाच! तितक्यात त्याच्या डोळ्यांची हालचाल मला दिसली. मी ओरडून रोंटूला सावध करायच्या आतच रोंटू त्याच्याकडे धावला आणि त्यानं त्याला पकडलं. पण त्या डेव्हिलफिशला उचलणं किंवा हालवणं इतकं सोपं नव्हतं. केवढा वजनदार होता तो! रोंटूचा जबडा त्याचा दुसरा एखादा अवयव पकडायला मिळतो आहे का याचा

शोध घेत असताना, डेव्हिलफिशच्या अनेक हातांपैकी तीन हातांचा विळखा रोंटूच्या मानेभोवती पडला.

डेव्हिलफिश जेव्हा पाण्यात असतो तेव्हाच त्याच्यापासून धोका असतो. पाण्यात तो आपल्या लांब हातांनी तुम्हाला जखडून ठेवू शकतो. या हातामध्ये त्यांच्या खालच्या बाजूला ओळीने नांग्या लपलेल्या असतात आणि त्या तुम्हाला पाण्याखाली फरफटत नेऊ शकतात. तसेच तुम्हाला जलसमाधी मिळेपर्यंत पकडून ठेवतात. हे खरं असलं तरी जमिनीवरसुद्धा डेव्हिलफिश तुम्हाला तेवढाच घायाळ करू शकतो, कारण तो अफाट ताकदीचा असतो आणि सहजासहजी मरत नाही.

आपल्या हातांनी तो राक्षस रोंटूला झोडपत होता. पुन्हा पाण्यामध्ये शिरायची खटपट करत होता आणि हळूहळू रोंटूला आपल्याबरोबर खेचत होता. मला दोरीचा वापर करणं, आता अशक्य होऊन बसलं होतं, कारण ती आता नेमकी रोंटूच्या पायांभोवतीच गुंडाळली गेली होती.

खडकांमधले ॲबेलॉन्स उचकटून काढायला मी जो व्हेलच्या हाडापासून बनवलेला एक चाकू वापरायचे, तो मी माझ्या कमरेला चामड्याच्या वादीला बांधलेला होता. त्याचं पातं अग्राला जाड होतं, पण कडा तीक्ष्ण आणि धारदार होत्या. मी दोरीची वेटोळी तिथेच टाकली आणि पळत असताना कमरेचा चाकू मोकळा केला.

मी डेव्हिलफिशला ओलांडून पुढे गेले. त्याच्या आणि खोल पाण्याच्या मधोमध उभी राहिले. त्याचे हात इतके झोडपून काढत होते की, त्यातला एखादा हात तोडणं निरर्थक होतं. एक हात माझ्या पायावर आपटला आणि चाबकाने मारल्यासारखी माझ्या अंगाची आग-आग झाली. दुसरा हात, जो रोंटूने चावून टाकला होता, तो पाण्याच्या कडेला वळवळत पडला होता. जणूकाही तशाही अवस्थेत कुणाला विळखा घालता येतो आहे का, ते तो शोधत होता.

एखाद्या अजस्त्र देठाप्रमाणे त्या विळखा घालणाऱ्या, वळवळणाऱ्या हातांच्या मधून त्याचं डोकं बाहेर आलं. त्याचे ते काळी कडा असलेले सोनेरी डोळे माझ्यावर खिळले होते. लाटांचा आवाज, उडणाऱ्या तुषारांचा आवाज आणि रोंटूचं भुंकणं, या साऱ्या गदारोळातूनही मला त्याच्या चोचीचा काडकन तुटण्याचा आवाज ऐकू आला. ही त्याची

चोच माझ्या हातातल्या चाकूपेक्षा धारदार होती.

तो चाकू मी त्याच्या शरीरात आरपार घुसवला आणि हे करत असताना एकाएकी मला असंख्य जळवांनी घेरून टाकलं किंवा तसं मला वाटलं. त्या जळवा माझं रक्त पीत होत्या. सुदैवाने ज्या हातात चाकू धरला होता, तो एक हात मोकळा होता आणि पुन्हा-पुन्हा त्याच्या त्या जाडजूड कातडीत मी तो चाकू खुपसत राहिले. त्याच्या नांग्यांनी मला घट्ट पकडून ठेवलं होतं आणि तिथे वेदनेचा कल्लोळ उठला होता. आता त्या नांग्यांची पकड सैल झाली, हळूहळू हातही हालेनासे झाले आणि नंतर निष्प्राण झाले.

मी त्या डेव्हिलिफशला पाण्यातून बाहेर काढण्याचा प्रयत्न केला, पण माझी ताकद संपली होती. मी माझा पडाव आणायला पाण्यातल्या त्या खडकाकडेही गेले नाही. मात्र मी तो भाल्याचा दांडा आणि ते काटेरी टोक आठवणीने बरोबर घेतलं, जे बनवायला माझे बरेच श्रम खर्ची पडले होते. अस्थिबंधाची दोरीही घेतली.

रोंटू आणि मी घरी येईतोवर रात्र झाली होती.

रोंटूच्या नाकावर त्या राक्षसाच्या चोचीने खोलवर वार केला होता. मला बऱ्याच ठिकाणी कापलं होतं, खरचटलं होतं.

मी त्या उन्हाळ्यामध्ये समुद्रातल्या त्या खडकाच्या बाजूला आणखीन दोन राक्षसी डेव्हिलफिश पाहिले; पण मी त्यांना भाल्यानं मारण्याच्या फंदात पडले नाही.

वीस

त्या नंतर लवकरच मी दोन पडाव भरतील इतके अॅबेलॉन्स गोळा केले. त्यातले बरेचसे लाल रंगाचे, गोड चवीचे होते. ते साफ केले आणि घरी घेऊन आले. कुंपणाच्या दक्षिण भागात; जिथे जवळ-जवळ दिवसभर सूर्यप्रकाश असतो, अशा जागी मी झाडांच्या फांद्यांपासून लांब-लांब खण बनवले आणि त्यात ते मांस सुकवायला ठेवलं. आपल्या हातापेक्षा अॅबेलॉन्स अधिक मोठे असतात आणि ताजे असताना दुपटीने भरलेले; पण सूर्यप्रकाशात वाळवल्यावर ते आक्रसून लहान होऊन जातात, त्यामुळे जास्त अॅबेलॉन्स सुकवावे लागतात.

पूर्वी बेटावर या वाळवणावर लक्ष ठेवायला, सी-गल्सना हाकलून द्यायला मुलं नेमलेली असायची. अॅबेलॉन्स म्हणजे सी-गल्ससाठी मेजवानीच म्हणायची. मग इतर कुठल्या माशाकडे ते ढुंकूनही बघणार नाहीत. एखादा दिवस जरी सकाळी त्या माशांवर लक्ष ठेवलं नाही, तर महिन्याभराचा आपला तो साठा गल्सने पळवलाच म्हणून समजा!

पहिल्यांदा जेव्हा मी झऱ्याकडे किंवा किनाऱ्यावर निघायचे तेव्हा रोंटूला त्यांना हाकलून द्यायच्या कामगिरीवर सोडून जायचे. पण त्याला हे काम आवडायचं नाही आणि मी घरी येईपर्यंत सर्व वेळ तो केकाटत राहायचा. शेवटी मी एक युक्ती केली. थोड्या अॅबेलॉन्सच्या शिंपल्यांना मी दोऱ्या बांधल्या आणि ते खांद्यावर टांगून ठेवले. शिंपल्यांचा अंतर्भाग चमचमता असतो, प्रकाशमान असतो. सूर्यकिरण तिथे परावर्तित होतात आणि वाऱ्यावर ते शिंपले झुलत राहातात. त्या नंतर मात्र मला गल्सचा फारसा त्रास झाला नाही.

मी एक जाळं विणलं होतं. त्याच्यात मी पिटुकले मासेदेखील पकडले आणि हिवाळ्यामध्ये त्यांच्यापासून प्रकाश मिळावा याकरता तेही सुकवायला टांगून ठेवले. खणांवर सुकणारं मांस, सूर्यकिरणांनी चमकणारे, वाऱ्यावर डुलणारे शिंपले, कुंपणावर लटकणारी माशांची तोरणं या साऱ्यांनी माझं अंगण असं शोभायमान दिसू लागलं; जणू या भूशिरावर संपूर्ण खेडं नांदत आहे. फक्त रोंटू आणि मी नाहीतर संपूर्ण खेडं.

दररोज सकाळी हिवाळ्याची बेगमी केल्यावर आम्ही समुद्रावर जायचो. उन्हाळ्याच्या शेवटी-शेवटी मी साठवण्यासाठी कंदमुळं आणि बिया गोळा करायचे. पण आता करण्यासारखं काही नव्हतंच. उन्हाळ्याच्या त्या आरंभीच्या दिवसांत आम्ही बऱ्याच ठिकाणी गेलो – सी-एलिफंट्सची वसाहत होती त्या किनाऱ्यावर, 'ब्लॅक केव्ह'कडे... आम्हाला जी पहिली समुद्रगुहा सापडली होती, तिच्यापेक्षासुद्धा मोठी! आणि 'टॉल रॉक'वरसुद्धा जाऊन आलो. इथे कॉर्मोरंट पक्षी निवाऱ्याला यायचे.

बेटापासून हा 'टॉल रॉक' तीन-चार मैलांहून अधिक अंतरावर होता आणि कॉर्मोरंट पक्ष्यांनी झाकला गेल्यामुळे तो काळाकभिन्न आणि चकाकता दिसायचा. पहिल्यांदा जेव्हा आम्ही तिकडे गेलो तेव्हा मी त्यातले दहा पक्षी मारले. त्यांची कातडी सोलून मांस काढलं आणि ते सुकवायला ठेवून दिलं. कारण एक ना एक दिवस मला त्यांच्या पिसांपासून स्वत:करता एक छानदार स्कर्ट शिवायचाच होता!

'ब्लॅक केव्ह' बेटाच्या दक्षिण किनाऱ्याला होती. आमचे पडाव जिथे लपवून ठेवले होते, त्या जागेपासून जवळच. गुहेच्या तोंडासमोर उंचच उंच दगडांची एक कपार होती, केल्पच्या गालिच्यानं घेरलेली. किती खोलवर गेला होता तो गालिचा देव जाणे! आणि एक सी-हॉक* आतून बाहेर येऊन फडफड करत उडून जाताना मला दिसला नसता तर मी तिच्याजवळून नाव वल्हवत पुढे गेलेही असते! सूर्य पश्चिमेला झुकला होता आणि घरी जायचं म्हणजे बराच लांबचा पल्ला गाठायचा होता. परंतु त्या सी-हॉकबद्दल माझं कुतूहल चाळवलं.

---

* सी-हॉक : समुद्री बहिरी ससाणा.

तो ज्या गुहेत राहातो ती आतून कशी आहे? मला उत्सुकता वाटली.

गुहेचं तोंड अरुंद होतं... भूशिराच्या खाली असलेल्या त्या सागरी गुहेसारखं. त्यामुळे रोंटूला आणि मला आत शिरण्यासाठी वाकून जावं लागलं. बाहेरून आत मंद प्रकाश येत होता. त्या प्रकाशात मला दिसलं की, आम्ही अशा एका गुहेत होतो जिच्या भिंती काळ्याकभिन्न, चमकदार होत्या आणि डोक्यावर कितीतरी उंच, वक्राकार झालेल्या... गुहेच्या दुसऱ्या दूरच्या टोकाला दुसरं अरुंद भगदाड होतं. ते लांबच लांब असून तिथे मिट्ट काळोख होता. पण जेव्हा आम्ही त्याच्या टोकाला पोहोचलो तेव्हा आम्ही दुसऱ्या एका गुहेत आलो होतो. ही गुहा पहिल्यापेक्षा अधिक प्रशस्त होती आणि प्रकाश किरणांनी उजळून निघाली होती. छतातल्या एका खडबडीत फटीमधून हा सूर्यप्रकाश आत येत होता.

सूर्याचे किरण इतक्या खाली पोहोचत आहेत आणि प्रकाशाबरोबर काळ्या सावल्या भिंतीवर पुढे सरकत आहेत; हे पाहून रोंटू भुंकायला लागला. मग भीतीने केकाटू लागला. त्या आवाजाचा गुहेमध्ये असा काही प्रतिध्वनी उमटत होता की, वाटत होतं कुत्र्यांचा पुरा कळप केकाटतो आहे. त्या प्रतिध्वनींनी माझ्या अंगातून भीतीची शिरशिरी उठली.

"श्शऽऽ ऽ गप्प राहा," मी रोंटूवर ओरडले आणि त्याच्या तोंडावर हात ठेवला. मग माझ्या शब्दांचे प्रतिध्वनी त्या गुहेत कितीदा तरी उमटत राहिले.

मी पडाव वळवला आणि मागे गुहेच्या तोंडापाशी जाऊ लागले. त्या भगदाडाच्या वरती, गुहेच्या या टोकापासून त्या टोकापर्यंत एक गहिरी कपार धावत होती. तिच्यावर माझी नजर पडली. तिथे एका रांगेत चित्रविचित्र आकृत्या रेखाटल्या होत्या. त्या काळ्या भिंतीवर उभ्या अशा निदान दोन डझन तरी आकृत्या असतील. उंचीने माझ्याएवढ्या असतील. काठीसारखे लांब हात-पाय, शरीरं लहानखुरी. वेळूने बनवलेली आणि गल्सच्या पिसांची वस्त्रं घातलेली, अशा आकृत्या होत्या. ॲबेलॉन्स शिंपल्यांच्या गोल किंवा आयताकृती चकत्यांपासून काढलेले डोळे, पण बाकीचा चेहरा रिकामा. तिथे काही नाही. त्यांचे ते डोळे माझ्याकडे बघून चमकत होते! पाण्यावरचे प्रकाशाचे कवडसे जसे हालत होते, तसे तेही हालत होते. तो प्रकाश

त्यांच्या डोळ्यांवर परावर्तित होत होता. एखाद्या जिवंत माणसाच्या डोळ्यांपेक्षाही अधिक सजीव होते ते.

त्या घोळक्याच्या मधोमध एक बसलेली आकृती होती. एक सांगाडा. उकिडवा, भिंतीला टेकून बसलेला आणि त्याच्या बोटात एक बासरी – तोंडाकडे नेलेली. ही बासरी पेलिकनच्या हाडापासून बनवली होती.

त्या कपारीवर, त्या उभ्या आकृतींच्या सावल्यांमध्ये आणखीनही काही गोष्टी होत्या. परंतु त्या गुहेत प्रवाहाबरोबर पार मागे वाहात आल्यामुळे, मी पुन्हा वल्हं मारू लागले आणि नाव गुहेच्या तोंडाकडे नेऊ लागले. भरतीचं पाणी आत शिरत आहे, हे मी विसरूनच गेले होते. आणि विस्मयाची गोष्ट म्हणजे गुहेचं ते तोंड आता फारच अरुंद झालं होतं. त्यातून पलीकडे जाणं अशक्य व्हावं इतकं छोटं. आता त्या गुहेतच भरतीचं पाणी ओसरेपर्यंत आम्हाला राहाणं भाग होतं; रात्रभर, पहाटेपर्यंत.

गुहेच्या दूरच्या टोकापर्यंत मी नाव वल्हवत गेले. कपारीवरल्या त्या आकृतींच्या चमकत्या डोळ्यांकडे मी पुन्हा पाहिलं नाही. नावेच्या तळाशी मी वाकून बसले होते आणि तो प्रकाशझोत फिकट होताना बघत होते. बाहेर समुद्रात उघडणारं गुहेचं तोंड लहान-लहान होत गेलं आणि शेवटी दिसेनासं झालं. रात्र झाली, डोक्यावरच्या दगडाच्या फटीतून हळूच एक चांदणी डोकावली.

ही चांदणी दिसेनाशी झाली. तिच्या जागी दुसरी आली. भरतीच्या लाटेमुळे गुहेतली माझी नाव वर उचलली गेली आणि भिंतीवर येऊन आदळणाऱ्या लाटांचा लप-लप आवाज मला वेणूनादासारखा सौम्य भासू लागला. त्या प्रदीर्घ रात्रीत त्याच्या विविध सुरावटी मला ऐकू येत होत्या त्यामुळे मला थोडीशीच झोप मिळाली. रात्रभर मी चांदण्यांचा खो-खो पाहात जागी होते. मला कळत होतं कपारीवर बसून बासरी वाजवणारा तो सांगाडा दुसरा-तिसरा कुणी नसून माझ्या पूर्वजांपैकीच एक होता आणि बाकीच्या चमकत्या डोळ्यांच्या केवळ प्रतिमा होत्या. तेही माझे पूर्वजच होते; तरीपण भीतिपोटी मला रात्रभर झोप आली नाही.

दिशा उजळू लागल्या आणि त्या पहिल्या प्रकाशशलाकेबरोबर मी गुहेच्या बाहेर पडले तेव्हा दुसरी भरती सुरू व्हायच्या बेतात होती. कपारीवर निःशब्दपणे उभ्या असलेल्या त्या प्रतिमा किंवा बासरी

वादनाने त्यांना रिझवणारा तो सांगाडा त्यांच्याकडे मी मुळीच पाहिलं नाही. वेगाने नाव वल्हवत मी सकाळच्या त्या रमणीय समुद्रात प्रवेश केला. मागे वळूनही बघितलं नाही मी.

"मला वाटतं या गुहेला पूर्वी काहीतरी नाव असावं..." मी रोंटूला म्हटलं. तिथून सुटका झाल्यामुळे तोही माझ्यासारखाच खुशीत होता. "पण मी ते कधीच ऐकलेलं नाही किंवा या गुहेविषयी कुणी काही बोललं असलं, तर माझ्या कानावर ते पडलं नाही. पण आपण तिला आता 'ब्लॅक केव्ह' म्हणू या आणि इथे या बेटावर असेपर्यंत आपण पुन्हा त्या ब्लॅक केव्हकडे कधीच फिरकायचं नाही."

'टॉल रॉक'पर्यंतचा आमचा जलप्रवास संपवून आम्ही जेव्हा परत आलो तेव्हा मी भूशिराखाली असलेल्या गुहेत माझी नाव लपवली. हे काम कष्टाचं होतं. पण प्रत्येक वेळी ती नाव मी पाण्यातून उचलून वर काढायचे आणि कपारीवर ठेवायचे – अगदी दुसऱ्याच दिवशी सकाळी बाहेर जायचा बेत असला तरी.

दोन उन्हाळे आले आणि गेले, पण अ‍ॅल्यूट शिकारी काही परत आले नाहीत. मात्र त्या दिवसांत मी त्यांच्या येण्यावर कायम लक्ष ठेवून असायचे. पहाटे रोंटू आणि मी खाली कड्यावर गेलो की, मी समुद्रात त्यांची शिडं दिसत आहेत का ते न्याहाळायचे. उन्हाळ्यामधली हवा स्वच्छ असायची आणि मला दूरदूरवरचं स्पष्ट दिसायचं. आणि जिथे कुठे आम्ही नावेतून जायचो; तिथून वेळेवर परत यायचो. अर्ध्या दिवसापेक्षा अधिक काळ मी कधीच बाहेर राहायचे नाही. घरी परत येताना मी सदैव किनाऱ्याजवळ नाव ठेवून वल्हवायचे आणि अ‍ॅल्यूट्स दिसत आहेत का, ते बघायचे.

शेवटच्या वेळी जेव्हा आम्ही 'टॉल रॉक'कडे गेलो होतो, तेव्हा अ‍ॅल्यूट्स आले.

मी माझी नाव लपवली होती आणि दहा करढोक पक्ष्यांची कातडी पाठीवर टाकून कड्यावर चढले होते. कड्याच्या माथ्यावर मी काही क्षण विसावले आणि समुद्राकडे बारकाईने पाहात उभी राहिले. पाण्यावर काही चिमुकले ढग तरंगत होते. त्यांच्यातला एक सर्वांत लहान, इतरांपेक्षा वेगळा दिसत होता. मी बारकाईने न्याहाळून बघत असताना मला दिसलं की, ते एक जहाज होतं.

सूर्याच्या तेजस्वी प्रकाशाने पाण्यावर पांढरासा थर जमला होता; तरीपण मला लख्ख दिसत होतं. ती दोन शिडं होती आणि बेटावर येणारं ते एक जहाज होतं. बराच वेळ मला त्या शिडांचा रंग काही ओळखू येईना. मी विचारात पडले... हे गोरे लोक असतील का? पण आता त्यांचा विचार डोक्यातून जवळपास गेलाच होता आणि त्यांची वाट पाहाणं, मी सोडूनही दिलं होतं.

मी कुंपणावर करढोक पक्ष्यांची कातडी लटकवून ठेवली आणि भूशिरावरल्या त्या शिळेकडे गेले. मात्र त्या शिळेवरूनही मला स्पष्ट दिसेना. कारण सूर्य अस्तास चालला होता आणि तो अवघा महासागर प्रकाशमय झाला होता. नंतर तिथे उभी असताना मला एकदम आठवलं की, गोऱ्या माणसांचं ते जहाज असतं तर ते पूर्वेकडून आलं असतं. हे जहाज मात्र दुसऱ्या दिशेकडून – उत्तरेकडून, आलं होतं.

तरीसुद्धा मला पक्की खातरी नव्हती की, ते ॲल्यूट लोकांचं जहाज असेल! पण मी माझं सामान बांधण्याचा निर्णय घेतला. सर्व चीजवस्तू मी घळीतल्या त्या गुहेकडे घेऊन जाणार होते. किती अन् काय-काय न्यायचं होतं मला – माझे दोन पक्षी, मी शिवलेला स्कर्ट, माझे मणी, इयर-रिंग्ज, करढोकची पिसं, माझ्या सगळ्या टोपल्या आणि माझी शस्त्रं! ॲबेलॉन्स अजून पुरते सुकले नव्हते, तेव्हा ते मला तिथेच सोडून जावे लागणार होते.

सगळ्या सामानाची बांधाबांध झाल्यावर मी ते कुंपणाखालच्या विवराजवळ नेऊन ठेवलं आणि पुन्हा भूशिराकडे गेले. त्या शिळेवर पालथी पडून राहिले, जेणेकरून मी त्यांच्या नजरेस पडू नये. त्या शिळेच्या टोकावरून वाकून मी उत्तर दिशेला पाहू लागले. क्षणभर मला काहीच दिसलं नाही आणि नंतर दिसलं की, मला वाटलं होतं त्यापेक्षा त्या जहाजाने अधिक वेगाने प्रवास केला होता आणि एव्हाना ते केल्पच्या गालिच्याभोवती प्रदक्षिणा घालू लागलं होतं... कॉरल कोव्हच्या संरक्षक खडकांपासून अगदी जवळ होतं ते! मावळतीची किरणं त्या जहाजाच्या नाळेवर (पुढच्या भागावर) आणि त्या दोन तांबड्या रंगाच्या शिडांवर पडून चमकत होती. त्या जहाजाच्या नाळेचा आकार एखाद्या पक्ष्याच्या चोचीसारखा दिसत होता.

ॲल्यूट्स काही अंधार झाल्यावर किनाऱ्याकडे येणार नाहीत,

याची मला कल्पना होती. त्यामुळे सकाळपर्यंत मला माझा संसार गुहेत हालवायला हवा होता. उत्तररात्रीपर्यंत न थांबता मी काम करत राहिले. गुहेकडे माझ्या दोन खेपा झाल्या. पहाटे, जेव्हा सगळं सामान हालवलं गेलं, तेव्हा मी घराकडे शेवटची चक्कर टाकली. तिथे मी पेटवलेल्या विस्तवाची राख जमिनीत पुरून टाकली, खणांवर आणि फरशीवर वाळू फेकली. गल्सना घाबरवण्यासाठी मी जे शिंपले टांगले होते, ते खाली काढले. ते शिंपले आणि ॲबेलॉन्स कड्यावरून भिरकावून दिले. शेवटी, पेलिकनचा पंख घेऊन माझ्या झोपडीतल्या पाऊलखुणा पुसून टाकल्या. माझं काम आटोपलं तेव्हा घर असं दिसत होतं की, तिथे बराच काळ कुणी राहिलं नसावं.

एव्हाना सूर्य वर आला होता. मी शिळेवर चढले. जहाज कॉरल कोव्हच्या बंदरात नांगरून पडलं होतं. पडाव भरभरून सामान किनाऱ्याकडे येत होतं. ऑटरच्या शिकारीचा 'ओनामा' करायला; काही जण बाहेर केल्पच्या गालिच्यावर जाऊन पोहोचले होते. किनाऱ्यावर विस्तव दिसत होता आणि त्याच्याजवळ एक मुलगी होती. ती काहीतरी शिजवत होती आणि मला त्या विस्तवाचा प्रकाश तिच्या केसांवर पडून ते चमकताना दिसत होते.

मी भूशिरावर फार रेंगाळले नाही. आत्तापर्यंत मी सदैव घळीकडे जायचे ते वेगवेळ्या मार्गाने... माझ्या पाऊलखुणांनी, सततच्या येण्या-जाण्यानं पायवाट बनू नये यासाठी! या वेळी मी पश्चिमेला गेले. कड्याच्या बाजूबाजूने आणि ब्रशच्या रानातून वळसा घेऊन परत आले. पायांचे ठसे वाटेत उमटू नयेत, याची मी पुरेपूर दक्षता घेतली. रोंटूच्या पावलांच्या ठशांनी काही फरक पडणार नव्हता; कारण ॲल्यूट्सना माहिती होतं, या बेटावर कुत्रे आहेत म्हणून.

गुहेत खूप काळोख होता. त्यामुळे त्या अरुंद मुखातून रोंटूला आत घेताना मला बराच त्रास झाला. मी रांगत-रांगत, बऱ्याचदा गुहेच्या आत-बाहेर केलं तेव्हा कुठे तो माझ्यामागे आला. मी गुहेचं तोंड दगडं लावून बंद केलं आणि कमालीचा थकवा आला असल्यानं आडवी झाले आणि दिवसभर झोपून राहिले. मला जेव्हा जाग आली तेव्हा खडकांमधल्या फटींमधनं चमचमत्या चांदण्या दिसू लागल्या होत्या.

एकवीस

त्या रात्री मी गुहेतून बाहेर पडले ती रोंटूला सोबत न घेता आणि तो माझ्या पाठोपाठ येऊ नये म्हणून मी गुहेचं तोंडही बंद केलं. कारण ॲल्यूट लोकांनी त्यांचे कुत्रे बरोबर आणले असतील, तर त्याला नक्कीच त्यांचा वास लागेल. त्यामुळे गुपचूप ब्रशच्या रानातून मी भूशिरावर गेले.

त्या उंच शिळेच्या वरपर्यंत पोहोचायच्या आधीच मला ॲल्यूट लोकांनी पेटवलेल्या शेकोट्यांचा प्रकाश दिसत होता. त्यांनी त्या उंच पठारावर तळ ठोकला होता... या आधीच्याच ठिकाणी आणि त्याच झऱ्याच्या जवळ. माझ्या गुहेपासून ही जागा दीड-एक मैल अंतरावर होती किंवा त्याहून कमीच!

त्या शेकोट्या पाहात मी बराच वेळ उभी राहिले. मनात विचार घोळत होता, आपण बेटावर दुसरीकडे जावं का वस्तीला? एकेकाळी जी रानटी कुत्र्यांची लपायची जागा होती तिथे गेलो तर? ॲल्यूट पुरुष मला शोधून काढतील याची भीती मला नव्हती, कारण एकतर ते दिवसभर किनाऱ्यावर कामात गर्क असतात किंवा मग ते त्यांच्या नौकांमध्ये बसून शिकार करत असतात! मला मुख्य भीती वाटत होती ती त्या मुलीची. घळीमध्ये ब्रशच्या गुंतलेल्या जाळीतून वाट काढणं कठीणच होतं; परंतु याच घळीत बिया अंकुरित व्हायच्या, कंदमुळं उगवायची. कधीतरी ती अन्नाच्या शोधात बाहेर पडली आणि इकडे झऱ्याच्या जवळ आली तर? तिच्या लगेचच लक्षात येईल की, कुणीतरी नियमित या झऱ्यावर येत आहे आणि माझी गुहेकडे जाणारी

पावलंही तिला आढळतील.

ॲल्यूट लोकांच्या शेकोट्या विझेपर्यंत मी त्या शिळेवर उभी राहिले. आपल्याला काय-काय करता येईल, या सर्व शक्यतांचा विचार मी करत होते. कुठे जाणं सुरक्षित आहे त्या सगळ्या जागांचा विचार करून झाला आणि शेवटी मी ठरवलं, इथेच या घळीत राहायचं; घळ सोडून कुठेही जायचं नाही. कारण बेटाच्या दूरच्या टोकावर झरे नव्हते. तसंच समजा, तिथे स्थलांतर केलंच तर माझी नाव लपायला जागाच नव्हती आणि नावेची गरज तर कधीही पडू शकते.

मी गुहेकडे परतले आणि पौर्णिमेपर्यंत गुहेबाहेर पडले नाही. आता जवळचे अन्नपदार्थही संपत आले होते. रोंटू आणि मी भूशिरावर चढलो आणि घराजवळून जाऊ लागलो तेव्हा मला दिसलं की, कुंपणातील देवमाशांच्या बरगड्यांमधल्या तीन बरगड्या कुणीतरी कापल्या आहेत. तिथे कुणीच नव्हतं, नाहीतर रोंटू भुंकत राहिला असता. ओहोटी सुरू होईपर्यंत मी थांबले. तोपर्यंत पहाट होत आली होती. एक टोपली भरून समुद्राचं पाणी आणि ॲबेलॉन्स मी गोळा केले. दिवस उजाडायच्या आत आम्ही गुहेमध्ये परतलो होतो.

समुद्राच्या खाऱ्या पाण्यात ॲबेलॉन्स ताजे फडफडीत राहिले. परंतु पुन्हा जेव्हा आम्हाला बाहेर पडायचं होतं तेव्हा, त्या रात्री इतका मिट्ट काळोख होता की, आम्हाला पाण्यातल्या त्या खडकाकडे जायचा रस्ताच दिसेना. त्यामुळे मला कंदमुळांवरच भागवावं लागलं. पण सूर्योदयापर्यंत मला तीही फारशी गोळा करता आली नाहीत. त्यामुळे मी पुढची पौर्णिमा येईपर्यंत दररोज सकाळी बाहेर पडू लागले. पौर्णिमेच्या रात्री मात्र मी ॲबेलॉन्स पकडायला पाण्यातल्या खडकावर गेले.

या सर्व काळात मला एकही ॲल्यूट दिसला नाही. ती मुलगीपण गुहेच्या आसपास आली नाही. मात्र दूर धुळीच्या वाटेवर तिच्या पावलांचे ठसे मला आढळले. इथे ती कंदमुळं खणून काढण्यासाठी आली असणार. सुदैवाने, ॲल्यूट्सनी येताना त्यांचे कुत्रे आणले नव्हते. कारण त्यांना रोंटूचे ठसे मिळाले असते, तर मग मात्र माझी धडगत नव्हती. सहज त्यांनी आमच्या गुहेपर्यंत पाठलाग केला असता.

ते दिवस रोंटू आणि माझ्यासाठी कंटाळवाणे, प्रदीर्घ होते. पहिल्या-पहिल्यांदा तो गुहेत येरझारा घालायचा, गुहेच्या तोंडाशी उभा राहून

खडकांमधल्या फटींमध्ये हुंगत वास घेत राहायचा. मी त्याला एकट्याला मुळीच बाहेर सोडत नसे. कारण मला भीती वाटायची की, तो त्या छावणीकडे गेला तर परत येणार नाही. काही दिवसांनंतर त्याला गुहेची सवय झाली. आता दिवसभर तो लोळत असायचा आणि मी काय करते आहे, ते पाहात बसायचा.

गुहेत अंधार असायचा, अगदी सूर्य डोक्यावर आला तरी. म्हणून मग साठवणीतले पिटुकले मासे जाळू लागले. त्या प्रकाशात मी कॉर्मोरंट्सच्या कातडीचा स्कर्ट शिवायला सुरुवात केली. माझं दररोज शिवणकाम चालायचं. 'टॉल रॉक'वर मी मारलेल्या दहा कॉर्मोरंट्सची कातडी आता सुकली होती. आणि त्यांच्यापासून आता मला छानसा स्कर्ट शिवता येणार होता. ही सगळी कातडी नर पक्ष्यांची होती. कॉर्मोरंट नराची पिसं मादीपेक्षा अधिक दाट, भरगच्च आणि अधिक चमकदार व गुळगुळीत असतात. युकाच्या धाग्यांपासून स्कर्ट बनवणं सोपं होतं. पण मला हा त्याच्याहूनही अधिक सुंदर बनवायचा होता. म्हणून मी ती कातडी अगदी काळजीपूर्वक कापली आणि शिवलीही मोठ्या दक्षतेने!

मी स्कर्टचा घेर आधी बनवला. टोकाला टोकं जुळवून. एका ओळीत एक, अशी तीन कातडी शिवली मी. उरलेल्या वरच्या भागासाठी मी बाकीची कातडी एकापुढे एक ठेवून या टोकापासून त्या टोकापर्यंत शिनून टाकली. त्यामुळे वरच्या भागात पिसांचं एक वेगळं डिझाइन तयार झालं आणि खालच्या बाजूला वेगळं!

तो एक सुंदर स्कर्ट होता आणि मी तो पूर्ण करेपर्यंत आकाशात तीजेची (तृतीया) चंद्रकोर उगवली. या कामात माझ्याजवळचे सगळे मासे जाळून झाले होते आणि अ‍ॅल्यूट्स निघून जाईपर्यंत मला आणखीन मासे पकडता येणं शक्य नव्हतं; म्हणून मी तो स्कर्ट बाहेर बसून शिवायला लागले. पहिल्यांदा घळीच्या वाटेवर मला पाऊलखुणा दिसल्या होत्या; त्या नंतर पुन्हा दोन वेळा मला घळीत पाऊलखुणा सापडल्या, पण त्या माझ्या गुहेच्या जवळपास नव्हत्या. मला आता थोडं सुरक्षित वाटू लागलं होतं. कारण हिवाळ्याची वादळं लवकरच इथे येऊन थडकली असती आणि अ‍ॅल्यूट्स निघून गेले असते. कदाचित पुढच्या पौर्णिमेच्या आतच!

तो स्कर्ट मी सूर्यप्रकाशात कधीच पाहिला नव्हता. तो काळ्या रंगाचा होता, पण आतल्या बाजूला हिरव्या आणि सोनेरी रंगाच्या छटा होत्या त्याला. त्यावरची सगळी पिसं, आगीतून सोनं काढल्यावर कसं दिसतं, तशी झळाळत होती. माझ्या अपेक्षेपेक्षा तो कितीतरी पटीने सुंदर झाला होता. आता त्याचं काम जवळपास संपतच आलं होतं; तेव्हा मी अधिक वेगाने काम करू लागले. तरीपण मधून-मधून मी थोडी थांबायचे. माझ्या कमरेला तो लावून बघायचे.

"रोंटू," मी आनंदाने बेहोश झाले होते, "तू जर कुत्रा नसतास, तर मी तुझ्यासाठीसुद्धा असाच एक छान स्कर्ट शिवला असता."

गुहेच्या तोंडाशी पसरलेला रोंटू – त्यानं मान वर उचलली माझ्याकडे बघून जांभई दिली आणि पुन्हा झोपून गेला.

मी सूर्यप्रकाशात कमेरला तो स्कर्ट लावून उभी होते. इतक्यात रोंटू ताडकन उठला. मला पावलांचे आवाज ऐकू आले. ते झऱ्याकडून येत होते आणि मी जेव्हा झपकन वळून पाहिलं तेव्हा मला एक मुलगी दिसली. ब्रशच्या जाळीतून ती माझ्याकडे बघत होती.

माझा भाला गुहेच्या तोंडाशी, माझा हात सहज पोहोचेल इतक्या जवळ होता. ती मुलगी माझ्यापासून दहा पावलांवर असेल आणि एका झटक्यात मला तो भाला उचलून तिच्यावर फेकता आला असता. पण मी तो का फेकला नाही, ते मला माहीत नाही. कारण कॉरल कोव्हच्या किनाऱ्यावर ज्यांनी माझ्या माणसांना मारलं होतं; त्या नीच ॲल्यूट लोकांपैकीच ती एक होती.

ती काहीतरी बोलली आणि रोंटू गुहा सोडून हळूहळू तिच्याकडे जाऊ लागला. त्याच्या मानेवरचे केस उभे राहिले. ती जिथे उभी होती तिथे तो गेला आणि त्यानं तिला स्वत:च्या अंगाला हात लावू दिला.

त्या मुलीने माझ्याकडे पाहिलं आणि हातवारे केले. यातून मी असा अर्थ काढला की रोंटू तिचा होता.

"नाही," मी किंचाळले आणि मान हालवली.

मी माझा भाला उचलला.

ती वळू लागली. आता मला वाटलं, मागच्या मागे गवतातून ती पळ काढणार. पण तिने पुन्हा आणखीन हातवारे केले. त्यातून मला उमगलेला अर्थ असा की, रोंटू आता माझा आहे. पण माझा तिच्यावर

विश्वास बसेना. मी तो भाला माझ्या खांद्यावर घेतला, फेकण्याच्या पवित्र्यात!

"तुतोक," तिने स्वत:कडे अंगुलीनिर्देश करत म्हटलं.

मी माझं नाव काही सांगितलं नाही. मी रोंटूला हाक मारली आणि तो परत आला.

त्या मुलीने त्याच्याकडे बघितलं, नंतर माझ्याकडे आणि ती हसली. ती माझ्यापेक्षा वयानं मोठी होती, पण तितकी उंच नव्हती. तिचा चेहरा रुंद होता. डोळे बारीक आणि अगदी काळेभोर. ती हसली, तेव्हा मला दिसलं तिचे दात सीलचा अस्थिबंध चघळून-चघळून झिजले होते. पण तरी ते पांढरेशुभ्र होते.

मी अजूनही माझा तो कॉर्मोरंटचा स्कर्ट हातात धरून उभी होते. त्या मुलीने त्याच्याकडे निर्देश केला आणि ती काहीतरी बोलली. एक शब्द 'विंत्शा' – आमच्या भाषेत 'सुंदर' या अर्थाचा जो शब्द आहे, तसाच साधारण वाटला मला तो.

मला माझ्या या स्कर्टचा इतका अभिमान वाटत होता की, मी विचारच नाही केला. भाला माझ्या हातात होता, पण मी तो स्कर्ट वरती उचलून धरला; ज्यायोगे त्याच्यावर सर्व बाजूंनी सूर्यप्रकाश पडेल आणि तो झळाळून उठेल!

ती मुलगी कपारीवरून उडी मारून खाली उतरली, माझ्याजवळ आली आणि तिने त्या स्कर्टला हात लावला.

"विंत्शा," ती पुन्हा उद्गारली.

मी तो शब्द उच्चारला नाही. पण तिला तो स्कर्ट हातात घेऊन बघायचा असावा म्हणून मी तिला दिला. तिने तो तिच्या कमरेला लावून पाहिला, नितंबावरून घरंगळू दिला... एकदा इकडे तर एकदा तिकडे वळून ती स्त्रीसुलभ हौसेने तो स्कर्ट आपल्याला कसा दिसेल याचा अंदाज घेत राहिली. ती आकर्षक होती आणि स्कर्ट तिच्या कमनीय देहावरून सहजगत्या तरंगत होता... वाहत्या पाण्यासारखा. पण मी अॅल्यूट लोकांचा तिरस्कार करत होते. त्यामुळे मी तो तिच्या हातून पटकन काढून घेतला.

"विंत्शा," ती म्हणाली.

कुणा माणसाचे शब्द माझ्या कानावर पडून इतकी वर्षं लोटली

होती की, ते मला विचित्र वाटत होते. तरीपण ऐकायला छान वाटत होते, जरी ते माझ्या शत्रूच्या तोंडातून आले असले तरी!

ती अजूनही काही बोलली; जे मला समजलं नाही. पण आत्ता बोलत असताना तिने माझ्या मागे असलेल्या गुहेकडे एक कटाक्ष टाकला. आधी गुहेकडे आणि नंतर माझ्याकडे बोट दाखवून तिने विस्तव पेटवल्याचा अविर्भाव केला. तिला माझ्याकडून काय वदवून घ्यायचं होतं ते माझ्या लक्षात आलं, पण मी काही सांगितलं नाही. तिला हे जाणून घ्यायचं होतं की, मी त्या गुहेत राहाते आहे का; आणि तसं असेल तर ती तिच्या माणसांना घेऊन परत येईल आणि मला त्यांच्या छावणीकडे घेऊन जाईल. मी मान हालवली. बेटाच्या दूरच्या टोकाला बोट दाखवलं... इथून दूरदूर... कारण माझा तिच्यावर मुळीच विश्वास नव्हता.

ती गुहेकडे बघत राहिली, पण त्याबद्दल खोदून पुन्हा काही तिने विचारलं नाही. माझ्या हातात भाला होताच, जो मी तिच्यावर सहज फेकू शकले असते. पण मी तसं केलं नाही. मात्र मनातून मला भीती होतीच, ती खरंच आपल्या शिकाऱ्यांना घेऊन आली तर?

ती माझ्याजवळ आली आणि माझ्या दंडाला तिने स्पर्श केला. मला तिचा स्पर्श आवडला नाही. तिने अजून काही शब्द उच्चारले, पुन्हा हसली आणि झऱ्याकडे गेली. झऱ्याचं पाणी प्यायली. पुढच्याच क्षणी ती ब्रशच्या रानातून दिसेनाशी झाली. रोंटूने तिच्या मागे जायचा प्रयत्न केला नाही. जाताना तिने कोणताही आवाज केला नाही.

मी रांगत गुहेमध्ये परत आले. माझ्या सामानाची पुन्हा एकदा बांधाबांध करू लागले. माझ्याकडे या कामासाठी सारा दिवस होता, कारण तिची माणसं कामावर गेली होती आणि रात्रीपर्यंत त्यांच्या छावणीकडे परतणार नव्हती.

रात्र पडेपर्यंत मी प्रयाणास सज्ज झाले. माझी नाव घेऊन बेटाच्या पश्चिम दिशेला जाण्याचा माझा बेत होता. ॲल्यूट्स निघून जाईस्तोवर तिथल्या शिळांवर मला रात्र काढता आली असती आणि गरज पडली, तर एका ठिकाणाहून दुसरीकडे स्थलांतर करता आलं असतं!

घळ चढून जाऊन सामानाच्या पाच टोपल्या मी माझ्या घराकडे नेल्या आणि घराजवळ त्या लपवून ठेवल्या. काळोख दाटत होता

आणि उरलेल्या दोन टोपल्या आणण्यासाठी मला पुन्हा गुहेत जाणं भाग होतं. सावधपणे मी ब्रशच्या रानातून रांगत गेले आणि गुहेच्या तोंडाशीच वरती असलेल्या कपारीवर थबकले. कानोसा घेतला. रोंटू माझ्या शेजारीच होता. त्यानंही कान टवकारले. तिन्हीसांजा झाल्यावर आवाज न करता ब्रशच्या रानातून जाणं कुणालाही अशक्यच होतं. अपवाद फक्त अशा माणसाचा, जो तिथे प्रदीर्घ काळ वास्तव्य करून होता.

मी झरा ओलांडून पुढे गेले. थोडी वाट पाहिली आणि मग पुढे गुहेकडे आले. मी तिथे नसताना नक्कीच कुणीतरी आलं असणार, असं मला वाटून गेलं. ते कुणीतरी काळोखात लपून माझ्यावर पाळत ठेवून असणार. मी आत गुहेमध्ये कधी जाते आहे, याची ते वाट पाहात असणार.

मला भीती वाटली. मी गुहेत न जाता झपकन वळले. पाठमोरी होताच मला गुहेच्या समोरच्या एका चपट्या दगडावर काहीतरी दिसलं. या दगडाचा वापर मी पायरी म्हणून करत होते. तो काळ्या मण्यांचा नेकलेस होता. अशा प्रकारचा नेकलेस मी या पूर्वी कधीच पाहिलेला नव्हता.

बावीस

मी गुहेतही गेले नाही आणि तो नेकलेसही त्या दगडावरून उचलला नाही. भूशिरावर मी जिथे माझ्या टोपल्या ठेवून आले होते, त्या जागी मी जाऊन झोपले. पहाटे पुन्हा घळीकडे गेले. तिथे मी एका गवताळ कपारीवर दडून बसले. ही कपार झऱ्याजवळ होती आणि तिथून मला गुहेच्या तोंडाकडला सगळा भाग दिसत होता.

सूर्योदय झाला. त्याच्या प्रकाशात घळ उजळून निघाली. अजून तो नेकलेस त्या चपट्या दगडावरच पडलेला होता. सूर्यप्रकाशात त्यातले मणी काळोखात दिसले त्याहून गडद काळे दिसत होते आणि ते संख्येने कितीतरी होते. मला खाली गुहेकडे जाऊन ते मोजावेसे वाटत होते. त्यांचे माझ्या गळ्याभोवती दोन वेढे बसतील का ते बघावंसं वाटत होतं; पण मी कपार सोडली नाही.

मी सकाळभर तिथेच दडून राहिले. रोंटू भुंकायला लागला तेव्हा सूर्य आकाशात वर चढला होता आणि मला कपारीच्या खाली पावलांचा आवाज ऐकू आला. गाणं गात ती मुलगी गवतातून बाहेर आली आणि गुहेकडे चालत गेली, पण जेव्हा तिला दिसलं नेकलेस तिथे दगडावरच आहे, तेव्हा ती स्तब्ध झाली. तिने तो नेकलेस उचलला, पुन्हा खाली ठेवला आणि गुहेच्या तोंडाशी येऊन आतमध्ये डोकावून पाहिलं. माझ्या दोन टोपल्या अजून तिथेच होत्या. नंतर ती झऱ्याकडे गेली, झऱ्याचं पाणी प्यायली आणि ब्रशच्या झुडपांतून वाट काढत निघून जाऊ लागली.

मी ताडकन उठले. "तुतोक," मी ओरडले. घळीकडे धावता-

धावता तिला हाका मारू लागले. "तुतोक."

रानातून ती इतक्या झटकन बाहेर आली की, जणूकाही मी परत येते आहे की नाही, हे बघायला ती जवळपासच थांबली असणार, असं मला वाटलं.

मी दगडाकडे धाव घेतली. तो नेकलेस गळ्यात घातला आणि तिने त्याचं कौतुक करावं म्हणून मागे वळले. त्या मण्यांचे दोन नव्हे, चांगले तीन वेढे पडत होते. तीन पदरी नेकलेस होता तो आणि ते मणी गोल नव्हते, तर लांबट आणि अंडाकृती होते. हा आकार घडवणं फार कठीण आणि कौशल्याचं काम असतं.

"विंत्शा," ती उद्गारली.

"विंत्शा," मी तिचं अनुकरण केलं. माझ्या जिभेवर तो शब्द विचित्र वाटला. नंतर मी आमच्या भाषेत 'सुंदर'ला समानार्थी असलेला शब्द वापरला.

"विं-ताई," तीही म्हणाली आणि हसली. कारण हा शब्द तिच्यासाठी चमत्कारिक होता.

तिने नेकलेसला हात लावला. त्याला काय म्हणतात ते सांगितलं आणि मीही आमच्या भाषेतला शब्द तिला सांगितला. मग आमचा नवाच खेळ रंगत गेला. झरा, गुहा, उडणारा गल, सूर्य, आकाश, झोपलेला रोंटू अशा कितीतरी गोष्टींकडे निर्देश करून आम्ही आपापल्या भाषांमधल्या शब्दांची एकमेकींजवळ देवाणघेवाण करत होतो, हसत होतो; कारण ते इतके वेगळे होते. सूर्य पश्चिमेला कलेपर्यंत आम्ही तिथे दगडावर बसून राहिलो आणि हा खेळ खेळत राहिलो. नंतर तुतोक उठली आणि तिने 'निघते' असा अविर्भाव केला.

"माह-ने," ती म्हणाली आणि मी माझं नाव काय सांगते आहे, त्याची प्रतीक्षा करू लागली.

"वोन-आ-पा-लाई," मी उत्तर दिलं, याचा अर्थ मी अगोदरच सांगितला आहे : 'लांब, काळ्याभोर केसांची मुलगी.' मी माझं खरं नाव तिला सांगितलं नाही.

"माह-ने, वोनापालाई," तिने निरोप घेतला.

"पाह-से-नो, तुतोक," मी उत्तर दिलं.

ब्रशच्या रानातून ती जाताना मी बघत होते. तिच्या पावलांचा

आवाज ऐकत मी खूप वेळ तिथे उभी राहिले. अगदी तो आवाज ऐकू येईनासा होईपर्यंत. आणि मग मी भूशिराकडे गेले आणि तिथल्या टोपल्या पुन्हा गुहेकडे घेऊन आले.

तुतोक दुसऱ्या दिवशी पुन्हा आली. आम्ही दगडावर बसलो. सूर्य तळपत होता. पुन्हा आमचा कालचा खेळ रंगात आला. आम्ही मनसोक्त हसलो. आज सूर्य आकाशात फारच झरझर चालत होता. तिची निघायची वेळ झाली. पण त्याच्या पुढच्या दिवशीही ती आली आणि याच दिवशी, ती निरोप घेत असताना मी माझं खरं नाव तिला सांगितलं.

"कराना," मी स्वत:कडे बोट दाखवत म्हटलं.

तिने त्या शब्दाचा पुनरुच्चार केला. पण त्याचा अर्थ काही तिला समजला नाही.

"वोन-आ-पा-लाई," तिच्या कपाळावर आठ्या होत्या.

मी मान हालवली. पुन्हा स्वत:कडे निर्देश करत म्हणाले, "कराना."

तिचे काळेभोर डोळे विस्फारले. हळूहळू तिच्या ओठांवर हसू उमटलं.

"पाह-से-नो-कराना," असं म्हणून ती गेली.

त्या रात्री मी तिला देण्यासाठी एक भेटवस्तू बनवायला सुरुवात केली. तिने मला नेकलेस दिला होता, त्याच्या बदल्यात. पहिल्यांदा वाटलं, आपण आपल्या जवळच्या हाडांपासून बनवलेले इयर रिंग्ज द्यावेत. पण तिचे कान टोचलेले नाहीत हे लक्षात आलं आणि मी विचार बदलला. मग मला आठवलं की, माझ्याजवळ टोपली भरून ॲबेलॉन्सचे शिंपले होते. त्याच्या मी पातळ चकत्या करून ठेवल्या होत्या. त्यामुळे मी तिच्या केसात घालायचा एक वर्तुळाकार दागिना बनवायला सुरुवात केली.

प्रत्येक चकतीमध्ये मी दोन भोकं पाडली. त्यासाठी काट्यांचा आणि बारीक वाळूचा उपयोग केला. त्या दोन भोकांच्यामध्ये मी दहा ऑलिव्हेलचे* शिंपले ओवले. माझ्या चिमुकल्या बोटाच्या टोकापेक्षा ते मोठे नव्हते. मग मी ते सगळे एकत्र अस्थिबंधाच्या दोरीत गुंफून टाकले.

---

* ऑलिव्हेल : सागरी गोगलगाय.

तो मुकुट घडवायला मला पाच दिवस लागले आणि पाचव्या दिवशी जेव्हा ती आली तेव्हा मी तो मुकुट तिला दिला. तिच्या डोक्यावर ठेवला आणि मागे बांधून टाकला.

"विंत्शा," असं म्हणत तिने मला मिठीच मारली. इतका आनंद झाला होता तिला की, तिचा तो आनंद पाहाताना त्या कठीण शिपल्यांना भोकं पाडताना माझी बोटं किती हुळहुळी झाली होती, ते मी विसरूनच गेले.

पुष्कळ वेळा ती गुहेकडे आली आणि नंतर एक दिवस सकाळी ती आलीच नाही. दिवसभर मी तिची वाट पाहात राहिले. तिन्हीसांजा झाल्यावर गुहा सोडून मी बाहेर पडले आणि कपारीकडे गेले. कपारीवर बसून घळीवर लक्ष ठेवता यावं, नजर ठेवता यावी म्हणून. मनोमन मला भीती वाटत होती की, शिकाऱ्यांना मी इथे राहाते आहे हे कळलं आणि त्यांनी मला शोधून काढलं तर? त्या रात्री मी कपारीवरच झोपले. बाहेर कडाक्याची थंडी पडली होती. हिवाळ्यामधले पहिले वारे अंगाला झोंबत होते.

तुतोक दुसऱ्या दिवशीही आली नाही. मला एकदम आठवलं, आता ॲल्यूट लोकांच्या परत जाण्याची वेळ जवळ आली आहे. कदाचित ते अगोदरच गेले असतील. त्या दुपारी मी भूशिरावर गेले. शिळेवर चढून रांगत पलीकडच्या टोकाला गेले. त्याच्या काठावरून ॲल्यूट लोकांची छावणी दिसायची. माझं हृदय जोराने धडधडत होतं.

ते ॲल्यूट लोकांचं जहाज अजूनही तिथेच होतं, पण माणसं त्याच्या डेकवर काम करत होती आणि पडावांची ये-जा चालली होती. झोंबरा वारा वाहात होता आणि ऑटरच्या गासड्यांनी भरलेली काही गासडी किनाऱ्यावर पडली होती. म्हणजे बहुधा पहाटे जहाज जायला निघेल.

मी घळीकडे परत आले तेव्हा अंधार पडला होता. वारे फार थंड होते आणि ॲल्यूट्स मला शोधून काढतील ही भीतीही उरली नव्हती; त्यामुळे मी गुहेत विस्तव पेटवला, शेलफिश आणि कंदमुळं शिजवून रात्रीचं जेवण बनवलं. रोंटूला, मला आणि तुतोकला पुरेल इतकं! मला माहिती होतं, तुतोक आता येणार नाही, तरीपण तिचं जेवण मी विस्तवाजवळ ठेवलं आणि वाट पाहात राहिले.

रोंटू एकदा भुंकला आणि मलाही पावलांचा आवाज ऐकू आल्यासारखं वाटलं म्हणून मी गुहेच्या तोंडाकडे गेले आणि कान देऊन ऐकू लागले. बराच वेळ मी वाट पाहिली. मला जेवण काही गेलं नाही. उत्तरेकडून आलेल्या ढगांनी रात्रीचं थंडगार आकाश झाकोळून टाकलं होतं. वाऱ्याचा जोर आता फारच वाढला होता. आणि त्याचा भयप्रद रों-रों आवाज घळीमध्ये घुमू लागला. शेवटी मी गुहेचं तोंड दगड लावून बंद केलं.

पहाटे मी भूशिरावर गेले. वारा आता पडला होता. समुद्राने धुक्याची दुलई लपेटली होती आणि धुक्याच्या करड्या लाटा बेटावर येऊन आदळत होत्या. कॉरल कोव्हचं एकदा दर्शन व्हावं म्हणून मी बराच वेळ तिष्ठत राहिले. अखेर सूर्याच्या प्रकाशकिरणांनी ते धुकं वितळलं. पण ते लहानसं बंदर आता निर्मनुष्य झालं होतं. लाल चोचीच्या आकाराची नाळ असलेलं आणि त्याच रंगाची शिडं असलेले जहाज गेलं होतं.

आपलं गुहेतलं लपूनछपून वावरणं आता संपलं. आता आपण भूशिरावरल्या आपल्या घरी परत जाऊ शकतो ही जाणीव झाली आणि मला आनंद झाला. पण तो फार टिकला नाही. जेव्हा मी तिथल्या उंच शिळेवर उभी राहून खालच्या त्या निर्मनुष्य बंदराकडे, त्या रित्या समुद्राकडे पाहू लागले तेव्हा मला तुतोकची आठवण येऊ लागली. सूर्यप्रकाशात एकत्र बसून आम्ही व्यतीत केलेले ते सारे क्षण मनात सजीव झाले. मला तिचा आवाज ऐकू येत होता आणि ती हसताना बारीक होऊन मिटणारे तिचे काळेभोर डोळे नजरेसमोर येत होते.

मी उभी होते, त्या शिळेखाली रोंटू कड्यावरून धावताना दिसत होता. कर्कश कोलाहल करणाऱ्या गल्सवर तो भुंकत होता. निळ्याशार पाण्यात मासे पकडताना पेलिकन्सची वटवट चालली होती. दूरवर एका सी-एलिफंटचं डुरकणं ऐकू येत होतं. पण एकाएकी तुतोकच्या आठवणीने सारं बेट सुनसान, ओकबोकं वाटू लागलं.

तेवीस

अॅल्यूट शिकारी मागे बऱ्याच जखमी ऑटर्सना तसेच सोडून गेले. काही समुद्रात तरंगत राहिले आणि शेवटी किनाऱ्यावर येऊन मेले; तर काही ऑटर्सना मी माझ्या भाल्यानं मारून टाकले, कारण ते वेदनांनी तडफडत होते आणि ते जगूच शकले नसते. पण मला एक ऑटरचा बच्चा सापडला. तो मात्र तेवढा घायाळ झाला नव्हता.

नर केल्प (पुल्लिंगी) वनस्पतीच्या गालिच्यावर तो पडून होता. आणि रोंटू भुंकला नसता, तर मी त्याच्या शेजारून नौका वल्हवत गेले असते. केल्पचे धागे त्याच्या शरीराभोवती गुंडाळले गेले होते आणि मला वाटलं तो झोपला आहे, कारण प्रवाहासोबत वाहात जाऊ नये म्हणून कित्येकदा झोपी जाण्यापूर्वी ते स्वतःला अशा प्रकारे बांधून ठेवतात. नंतर मला त्याच्या पाठीवर एक खोल जखम दिसली.

मी त्या ऑटरजवळ नौका घेऊन गेले आणि त्याच्याजवळ आले, तरी त्यानं मला घाबरून लांब निघून जायचा प्रयत्न केला नाही. ऑटरचे डोळे टपोरे असतात - विशेषतः ते बच्चे असताना. पण या ऑटरचे डोळे वेदनेने आणि भीतीने इतके विस्फारलेले होते की, मला त्या डोळ्यांमध्ये माझं प्रतिबिंब दिसत होतं. त्याला बांधून ठेवणारे केल्पचे धागे मी तटातट तोडून टाकले आणि त्याला पाण्यातल्या खडकाच्या मागे असलेल्या एका टाइड पूलकडे घेऊन गेले. हा डोह लाटांपासून सुरक्षित होता. लाटा इथपर्यंत येऊन पोहोचत नव्हत्या.

वादळ ओसरलं होतं. त्यामुळे तो दिवस शांत होता. मी पाण्यातल्या खडकावर दोन मासे पकडले. त्यांना जिवंत ठेवण्याची मात्र मी काळजी

घेतली कारण ऑटर मेलेले जलचर खात नाहीत आणि ते मासे त्या डोहात सोडून दिले. ही गोष्ट सकाळी पहिल्या प्रहराची.

त्या दिवशी दुपारी मी पुन्हा त्या डोहाकडे गेले. मासे गायब झाले होते आणि छोटा ऑटर झोपला होता. पाठीवर तरंगत होता. मी झाडपाल्यांनी त्याच्या जखमेवर उपचार करण्याचे सोपस्कार केले नाहीत, कारण समुद्राच्या खाऱ्या पाण्यानं जखमा आपोआप बऱ्या होतात आणि तसाही तो लेप पाण्यानं वाहूनच गेला असता.

दररोज मी दोन मासे आणायचे आणि त्या डोहात सोडायचे. माझ्यासमोर तो ते खायचा नाही. नंतर मी चार मासे आणू लागले – तेही गायब होऊ लागले आणि शेवटी सहा! हं, एवढं पुरेसं होतं त्याला. दिवस शांत असो वा वादळी, माझा हा दिनक्रम चुकला नाही.

तो ऑटर मोठा होऊ लागला. त्याची जखम भरून येऊ लागली. पण अजूनही तो त्या डोहातच मुक्काम ठोकून होता आणि आता जेव्हा मी तिथे जायचे तेव्हा तो माझी वाट पाहात असायचा; आणि माझ्या हातातून मासे घ्यायचा. डोह काही फार मोठा नव्हता. त्याच्या बाहेर पडून सहजगत्या तो समुद्रात जाऊ शकला असता. तरीपण तो तिथेच राहिला. एकतर झोपा काढायचा किंवा मी मासे घेऊन कधी येते आहे त्याची वाट बघायचा.

तो आता माझ्या हाताएवढा लांब झाला होता आणि त्याची त्वचा तुकतुकीत आणि चमकदार झाली होती. त्याचं नाक लांबुडकं होतं. टोकाला निमुळतं आणि दोन्ही बाजूंना झुपकेदार मिशा आणि आत्तापर्यंत माझ्या पाहाण्यात न आलेले, सर्वांत मोठे डोळे. मी त्या डोहापाशी असेपर्यंत पूर्ण वेळ ते मला न्याहाळत राहायचे, मी काय करते आहे, त्याचा मागोवा घेत राहायचे. मी कधी काही बोलले, तर त्या डोळ्यांची मोठी गंमतशीर हालचाल व्हायची. पण एकीकडे माझ्या हृदयात कालवाकालव व्हायची; कारण त्या डोळ्यांमध्ये उदास भावही तरळून जायचा आणि त्याच वेळी ते आनंदीही वाटायचे.

बरेच दिवस मी त्याला ऑटर म्हणूनच संबोधत राहिले, जशी रोंटूला मी सुरुवातीला 'डॉगी' म्हणायचे; तशीच. नंतर मी त्याला एक नाव द्यायचं ठरवलं. 'मोनानी' या नावाने त्याचं बारसंही केलं. 'मोन-आ-नी' याचा अर्थ होतो 'टपोऱ्या डोळ्यांचा छोटा मुलगा.'

दररोज मासे पकडणं हे कठीण काम होतं... विशेषत: वारा सुटला असेल आणि लाटा उंचच उंच उसळत असतील त्या दिवशी. एकदा मला दोनच मासे मिळाले. ते मी त्या डोहात टाकल्यावर मोन-आ-नीने ते बघता-बघता फस्त केले आणि तो अजून मासे कधी मिळतायत त्याची वाट पाहू लागला. जेव्हा त्याला दिसलं की, आज मी इतकेच मासे आणलेत तेव्हा तो गोल-गोल फिरू लागला. माझ्याकडे निषेधयुक्त नजरेने पाहू लागला.

दुसऱ्या दिवशी लाटा इतक्या उंच उसळत होत्या की, मी ओहोटीच्या वेळीसुद्धा पाण्यातल्या खडकावर एकही मासा पकडू शकले नाही आणि त्याला देण्यासारखं माझ्याजवळ काही नसल्यानं मी डोहाकडेही फिरकले नाही.

तीन दिवसांनंतर मला मासे पकडणं शक्य झालं आणि मी त्या डोहाकडे पुन्हा जेव्हा गेले तेव्हा तो डोह रिकामा होता. तो कधीतरी डोह सोडून जाईल, याची मला कल्पना होतीच. तरीपण तो समुद्रात परत गेला आहे या जाणिवेने मला वाईट वाटलं आणि त्याच्यासाठी आपण पुन्हा कधीच मासे आणणार नाही, या कल्पनेनंही मन उदास झालं. केल्पच्या गालिच्यावर त्याला मी पुन्हा पाहिलं, तरी ओळखू शकणार नव्हते. कारण आता तो मोठा झाला होता. त्याची जखम भरली होती आणि तोही इतर ऑटर्ससारखाच दिसू लागला होता.

अ‍ॅल्यूट्स त्यांच्या देशात निघून गेल्यावर थोड्याच दिवसांत मी पुन्हा भूशिरावरल्या माझ्या घरी आले.

तिथे कुंपणाव्यतिरिक्त फारशी काही पडझड झाली नव्हती. ते मी लगेच दुरुस्त केलं आणि थोड्याच दिवसांत माझं घर पूर्वीसारखंच नांदतं झालं. मला एकाच गोष्टीची काळजी लागली होती. उन्हाळ्यामध्ये मी पकडलेले सगळे अ‍ॅबेलॉन्स गेले होते. आता दररोज जे काही मिळेल त्याच्यावरच मला गुजराण करावी लागणार होती. शक्य असेल त्या दिवशी मी पुरेसे मासे पकडायच्या प्रयत्नात असायचे. हिवाळ्यामधल्या त्या दिवसांची बेगमी करण्याच्या खटाटोपात, ज्या दिवशी खायला काहीच मिळणार नाही, त्या दिवसांची तजवीज करण्यात! मोन-आ-नी समुद्रात निघून गेला तोपर्यंतच्या, हिवाळ्याच्या पहिल्या कालखंडात असं करणं काही वेळा कष्टप्रद असायचं. नंतर-नंतर मात्र ते तितकं कष्टप्रद राहिलं

नाही आणि रोंटूला आणि मला नेहमीच पोटभर खायला मिळू लागलं.

ॲल्यूट्स बेटावर असताना मला इवले-इवले 'स्मेल्ट्स'* पकडायची आणि ते सुकवायची संधीच मिळत नव्हती. साहजिकच त्या हिवाळ्यामधल्या रात्री काळोख्या होत्या. त्यामुळे मी लवकरच झोपून जायचे आणि फक्त दिवसाच काम करायचे. पण तरीसुद्धा, मी माझ्या मासेमारीच्या भाल्याकरता एक दोरी बनवली. ॲबेलॉन्सच्या शिंपल्यांपासून बरेचसे आकडे बनवले आणि सरतेशेवटी तुतोकने मला दिलेल्या नेकलेसला शोभतील असे इयर रिंग्जही बनवले.

हे सारं बनवायला मला बरेच दिवस लागले. कारण भरती ओसरली की, खूपदा सकाळच्या वेळी मी उभा किनारा विंचरून काढायचे. नेकलेसमधल्या मण्यांसारखा रंग असलेले, गुळगुळीत तेही कापता येतील इतके ठिसूळ असे दोन वाटोळे दगड मिळेपर्यंत माझा हा शोध चालूच होता. इयर रिंग्जना छिद्र पाडण्यासाठी तर याहून अधिक वेळ लागला, कारण ते दगड हातात धरणंच फार कठीण होतं. परंतु जेव्हा माझं काम संपलं आणि बारीक वाळू आणि पाण्याच्या मिश्रणाने मी ते घासून चकचकीत केले आणि हाडांपासून बनवलेल्या आकड्यांमध्ये ते माझ्या कानांत बरोबर बसतील, अशा रीतीने अडकवून टाकले, तेव्हा ते अगदी खुलून दिसू लागले – फारच सुंदर!

सौम्य, उबदार सूर्यप्रकाश असायचा त्या दिवशी मी माझा कॉर्मोरेंट्सच्या पिसांचा पेहराव घालायचे. गळ्यात नेकलेस, कानात रिंगा आणि मोठ्या थाटात रोंटूबरोबर कड्यावर फिरायला जायचे.

मला तुतोकची वरचेवर आठवण यायची. पण विशेषत: अशा दिवशी मी उत्तर दिशेकडे आस लावून बघत बसायचे. मला उत्कटतेने वाटायचं की, आज इथे तुतोकने मला या वेषात पाहायला हवं होतं! मला तिच्या विचित्र भाषेत ती बोलते आहे, असा भास व्हायचा. तिचा आवाज ऐकू यायचा आणि आपण तिच्याशी काय बोलायचं, तसंच ती माझ्याशी काय बोलेल याची मी कल्पना करत राहायचे – त्या स्वप्नरंजनात रंगून गेल्यावर ती इथे नाही, या दु:खाची धार किंचित बोथट व्हायची.

---

* स्मेल्ट्स : सामनसारखा एक चिमुकला मासा.

चोवीस

पुन्हा वसंत आला तो फुलांचा साज लेवून. घळीघळींमधून पाणी धावत होतं आणि सागराला जाऊन मिळत होतं. कितीतरी स्थलांतरित पक्षी पुन्हा बेटावर आले.

तैनोर आणि ल्यूराईनं, ज्या झाडावर त्यांच्या जन्म झाला त्याच् झाडावर एक घरटं बांधलं. वाळलेल्या सागर वनस्पती, झाडांची पाने आणि अगदी रोंटूच्या पाठीवरले केससुद्धा त्यांनी घरटं बांधताना वापरले. घरटं बांधत असताना, रोंटू जेव्हा-जेव्हा अंगणात असायचा तेव्हा-तेव्हा तो बघत नाही ना, याची खातरी करून घेऊन ते सूर मारून खाली यायचे. चोचीत मावेल इतकी फर उपटून काढायचे आणि भुर्रकन उडून जायचे. रोंटूला हे मुळीच आवडायचं नाही आणि शेवटी-शेवटी तर ते घरटं बांधून होईपर्यंत तो त्यांच्यापासून लपूनच राहू लागला.

ल्यूराईला मुलीचं नाव देण्यात मी मुळीच चूक केली नव्हती. कारण तिने ठिपके असलेली अंडी घातली आणि तिच्या सहचराच्या मदतीने ती उबवली. त्यातून दोन ओंगळ, कुरूप पिल्लं बाहेर पडली. मात्र या कुरूप पिल्लांचं लवकरच सुंदर पक्ष्यांमध्ये रूपांतर झालं. मी त्यांचंही नामकरण केलं आणि त्यांचेही पंख कातरले. थोड्याच अवधीत आपल्या आई-बाबांसारखेच तेही माणसाळले.

मला एक गल पक्ष्याचं पिल्लूही सापडलं. आपल्या घरट्यातून ते खाली किनाऱ्यावर पडलं होतं. गल पक्ष्यांची घरटी उंच कड्यांवर असतात... खडकांमधल्या पोकळ जागांमध्ये. त्या जागा बहुतेक करून

लहानशा असतात आणि कितीदा तरी मी घरट्याच्या कडेला हेलकावे खात असलेल्या पिल्लाला पाहिलं होतं. त्याला पाहून मला नेहमी नवल वाटायचं, हे पडत कसं नाही? पण क्वचितच असं घडतं.

हे पिल्लू श्वेतवर्णी होतं आणि त्याची चोच पिवळी होती. फारशी गंभीर इजा झाली नव्हती त्याला; पण त्याचा एक पाय मोडला होता. मी त्याला घरी घेऊन आले आणि दोन छोट्या काड्या आणि अस्थिबंधाने त्याची हाडं एकत्र बांधून टाकली. काही दिवस त्यानं चालण्याचा प्रयत्न केला नाही. नंतर, ते उडण्याइतकं मोठं झालं नसल्यानं, अंगणात इकडेतिकडे लंगडत चालायचं.

ती पक्ष्यांची पिल्लं, त्यांचे ते आई-वडील, श्वेतवर्णी गल आणि रोंटू... जो सदैव माझ्या पायात घोटाळत असायचा... या साऱ्यांच्या वस्तीने माझ्या घराचं गोकुळ झालं. या आनंदाला गालबोट होतं, ते फक्त तुतोकच्या नसण्याचं. मला तिची आठवण आलीच नसती, तर किती बरं झालं असतं! उलापीचे विचारही मनात आले नसते तर... माझी बहीण उलापी, कुठे असेल ती आत्ता? तिने तिच्या गालांवर रंगवलेल्या खुणा, त्यांचा खरंच जादूई परिणाम झाला असेल का? आणि तसा तो झाला असेल, तर एव्हाना तिचं किमकोशी लग्न झालं असणार आणि तिला खूप मुलं झाली असणार. माझी ही मुलं पाहून ती हसली असती... मला किती आस होती आपल्यालाही मुलं व्हावीत अशी! पण ही माझी मुलं एकदम वेगळी होती.

त्या वसंत ऋतूत मी ॲबेलॉन्स गोळा करायला सुरुवात केली. मी चिकार ॲबेलॉन्स गोळा केले आणि ते भूशिरावर सुकवायला घेऊन आले. ॲल्यूट्स समजा पुन्हा आलेच तर माझ्याजवळ पुरेसा साठा असावा म्हणून.

एके दिवशी पाण्यातल्या खडकावर बसून मी माझी नाव ॲबेलॉन्सनी भरून टाकत होते. जवळच, केल्पच्या गालिच्यावर मला ऑटर्सचा एक कळप दिसला. ते एकमेकांचा पाठलाग करत होते. केल्पच्या जाळ्यातून डोकं खाली घालायचं, खाली पाण्यात जायचं आणि तिसऱ्याच ठिकाणी पाण्यातून वर यायचं. बेटावर मुलं होती, तेव्हा आम्हीसुद्धा ब्रशच्या रानात असाच काहीसा खेळ खेळायचो. मी मोन-आ-नी कुठे दिसतो आहे का म्हणून बघत होते. पण सगळे ऑटर्स एकसारखे दिसत होते.

अॅबेलॉन्सनी मी माझी नाव भरून घेतली आणि वल्हं मारत किनाऱ्याकडे निघाले. त्यातला एक ऑटर माझ्या मागे-मागे येत होता. मी थांबले, तसा त्यानं पाण्यात सूर मारला आणि माझ्या पुढ्यात येऊन ठाकला. खूप लांब होता तो, पण तरीसुद्धा मी त्याला ओळखलं. ऑटर्सच्या कळपात मी त्याला वेगळा ओळखू शकेन असं स्वप्नातही वाटलं नव्हतं मला. पण माझी पक्की खातरी होती की, तो मोन-आ-नीच होता. इतकी खातरी की, मी नुकत्याच पकडलेल्या माशांपैकी एक मासा वरती धरला. ऑटर्स फार वेगाने पोहतात आणि मी श्वास घेईतोवर तो माझ्याजवळ आला होता आणि माझ्या हातून त्यानं तो मासा हिसकावून घेतला होता.

नंतर महिनाभर तो दिसला नाही आणि एके दिवशी सकाळी, मी मासे पकडत असताना अचानक तो केल्पच्या जाळ्यातून प्रकट झाला. त्याच्यामध्ये दोन बेबी ऑटर! आकाराने ते कुत्र्यांच्या पिल्लांइतके होते आणि इतक्या संथ गतीने पोहत होते की, वेळोवेळी मोन-आ-नीला त्यांना पुढे ढकलावं लागत होतं. नवजात सी-ऑटरना पोहता येत नाही. ते त्यांच्या आईला पकडून ठेवतात. क्रमाक्रमाने, पायरी-पायरीने ती आपल्या पिल्लांना शिकवत राहाते. आपल्या फ्लिपर्सने त्यांना हळूहळू दूर लोटते, नंतर त्यांच्याभोवती गोल-गोल फिरत राहाते. ते तिच्या मागे-मागे यायला शिकत नाहीत तोपर्यंत हे धडे गिरवले जातात.

मोन-आ-नी पाण्यातल्या खडकाजवळ आला. मी एक मासा पाण्यात फेकला. त्यानं तो नेहमीसाखा झडप घालून पकडला नाहीतर आपली पिल्लं काय करत आहेत, हे बघण्यासाठी तो थांबला. त्यांना त्या खाण्यापेक्षा माझ्यातच जास्त कुतूहल वाटत आहे असं दिसलं आणि तो मासा पोहून निसटून जातो आहे, हेही दिसलं, तेव्हा त्यानं आपल्या तीक्ष्ण सुळ्यांमध्ये तो धरून चावला आणि त्या पिल्लांच्या पुढ्यात भिरकावला.

मोन-आ-नीसाठी मी दुसरा मासा पाण्यात फेकला, पण त्यानं आधीच्याच कृतीची पुनरावृत्ती केली. तरीसुद्धा, ती पिल्लं मासा घेईनात. शेवटी माशाशी खेळायचा कंटाळा आल्यानं ती पिल्लं पोहून मोन-आ-नीकडे गेली आणि त्याच्या अंगावर नाक घासू लागली.

तेव्हा कुठे मला कळलं की, मोनानी त्यांची आई होती. ऑटर जन्मभर आपल्या सहचराशी एकनिष्ठ असतात आणि आई मेली तर पिल्लांच्या संगोपनाचं काम वडील स्वत:कडे घेतात आणि जितकं चांगल्या तऱ्हेने त्यांना वाढवता येईल तितकं वाढवतात. मोन-आ-नीच्या बाबतही असंच घडलं असणार असं मला वाटत होतं.

पाण्यातल्या खडकाच्या जवळून पोहणाऱ्या त्या छोट्या परिवाराकडे मी पाहात होते. ''मोन-आ-नी'' मी उद्‌गारले, ''मी तुला एक नवीन नाव देणार आहे. ते असेल वोन-आ-नी. आणि तुला ते अगदी शोभून दिसेल, कारण त्याचा अर्थ आहे टपोऱ्या डोळ्यांची मुलगी.''

ऑटरच्या त्या पिल्लांची झपाट्याने वाढ होत होती. आणि लवकरच तीही माझ्या हातून मासा घ्यायला लागली. पण वोन-आ-नीला ॲबेलॉन्स अधिक आवडायचे. मी तिच्याकडे भिरकावलेला ॲबेलॉन ती पाण्याच्या तळाशी जाऊ द्यायची. नंतर सूर मारून तिच्या अंगावर तो ठेवून पाण्याच्या वर यायची तेव्हा तोंडामध्ये तिने फक्त दगड धरलेला असे. नंतर ती पाठीवर तरंगू लागायची आणि ॲबेलॉन छातीवर ठेवायची. पुन्हा-पुन्हा तो दगडानी चेचत राहायची, अगदी त्याचा शिंपला तुटून अलग होईपर्यंत!

तिने तिच्या पिल्लांनाही ही कला शिकवली आणि कधीकधी तर मी माध्यान्हीपर्यंत, त्या पाण्यातल्या खडकावर बसून राहायचे आणि ती तिघं छातीवर ते टणक शिंपले ठेवून त्यांचा कसा चेंदामेंदा करत आहेत ते बघत राहायचे. एरवी मला वाटलं असतं की, ती एक जलक्रीडा आहे – वोन-आ-नीने केवळ मला खूश करण्यासाठी केलेली. पण तसं नव्हतं. सगळे ऑटर्स असंच करतात, तसेच खातात. मला कायम या गोष्टीचं नवल वाटत आलं होतं आणि अजूनही वाटतं.

त्या उन्हाळ्यानंतर, वोन-आ-नी आणि तिच्या पिल्लांबरोबर मैत्री झाल्यानंतर; मी कधीच कोणत्या ऑटरची हत्या केली नाही. माझे खांदे झाकायला माझ्याकडे एक ऑटरच्या कातडीपासून विणलेली केप होती. ती अगदी विरून जाईपर्यंत मी वापरत राहिले. पण कधीच नवी केप विणली नाही. तसंच त्या नंतर मी कधीच कुठल्या कॉर्मोरंटला त्याच्या सुंदर, झळाळत्या पिसांसाठी मारलं नाही. त्याची पिसं सुंदर असली तरी त्यांच्या माना लांबट, सुरईसारख्या असतात आणि त्यांचं आपापसात

संभाषण चालतं तेव्हा भयानक गोंगाट येतो. त्याचप्रमाणे मी सीलनाही त्यांचा अस्थिबंध मिळवण्यासाठी मारलं नाही, त्याऐवजी वस्तूंची बांधाबांध करायची असेल तेव्हा केल्पचे धागे वापरले. दुसऱ्या कोणत्याही रानटी कुत्र्याला मी माझ्या बाणाने टिपलं नाही किंवा सी-एलिफंटला भाल्यानं वेधायचा प्रयत्नही केला नाही.

उलापी माझं हे पशुप्रेम पाहून हसली असती. तीच कशाला, बाकीची माणसंही हसली असती. सर्वांत जास्त हसले असते, ते माझे बाबा! तरीपण, मला प्राण्यांविषयी असं ममत्त्व वाटत होतं – ते माझे मित्र झाले होते आणि जे झाले नव्हते; तेही कधी ना कधी नक्कीच झाले असते. उलापी आणि माझे बाबा, तसेच इतरही सारे गावकरी परत आले असते आणि हसले असते, तरी मला त्याची पर्वा नव्हती. माझं प्राण्यांबद्दलचं प्रेम तिळमात्र उणावलं नसतं. कारण पशु-पक्षी माणसांसारखेच असतात. फक्त ते माणसाची भाषा बोलत नाहीत किंवा त्याच्यासारखं त्यांचं आचरण नसतं इतकंच. खरोखर, पशु-पक्ष्यांविना ही वसुंधरा किती दीनवाणी झाली असती! केवढ्या मोठ्या आनंदाला मुकलो असतो आपण!

पंचवीस

'निळ्या डॉल्फिन्सच्या बेटा'वर ॲल्यूट्स त्यानंतर कधीच आले नाहीत. पण दरवर्षी उन्हाळा आला की ते आलेत का, यावर मी लक्ष ठेवून असायचे. आणि प्रत्येक वसंत ऋतूच्या आरंभी शेलफिश गोळा करायचे, ते सुकवायचे आणि मी ज्या गुहेमध्ये माझी नाव ठेवली होती, तिथे त्यांचा संचय करून ठेवायचे.

ॲल्यूट्स गेल्यानंतर दोन हिवाळे आले आणि गेले. मी अजून थोडी शस्त्रं बनवली – एक भाला, एक धनुष्य, एक बाणांचा भाता. ही शस्त्रंदेखील मी भूशिराखालच्या गुहेत लपवली. त्यामुळे समजा शिकारी परत आले, तरी बेटाच्या दुसऱ्या भागाकडे पळून जाण्यास मी सज्ज होते. या गुहेमधून त्या गुहेत; गरज पडली, तर माझ्या नावेतच राहण्याचीही माझी तयारी होती.

ॲल्यूट्स निघून गेले; पण नंतरच्या उन्हाळ्यात ऑटरचा कळप कॉरल कोव्ह सोडून गेला. नंतरच्याच नव्हे तर पुढच्या अनेक उन्हाळ्यांमध्येही तो कॉरल कोव्ह सोडून अन्यत्र जायचा. ॲल्यूट लोकांच्या भालेफेकीतून वाचलेल्या वृद्ध ऑटर्सना एव्हाना कल्पना आली होती. उन्हाळा म्हणजे संकटांना, मृत्यूला आमंत्रण देणारा काळ! मग ते कळपाला तिथून दूर घेऊन जात. पार अगदी 'टॉल रॉक' वरील केल्पच्या गालिच्यापर्यंत. हिवाळ्याच्या सुरुवातीला जी वादळं येतात, ती ओसरेपर्यंत ते तिथेच होते.

अनेकदा रोंटू आणि मी 'टॉल रॉक'कडे जायचो, कित्येक दिवस तिथेच राहायचो. वोन-आ-नी आणि ज्यांना मी ओळखू लागले होते, त्या सर्वांसाठी मासे पकडायचो.

एका उन्हाळ्यात ऑटर्स 'कॉरल कोव्ह' सोडून गेले नाहीत. त्याच उन्हाळ्यामध्ये मला रोंटू कायमचा सोडून गेला. आणि तेव्हा माझ्या लक्षात आलं की, ज्यांच्या आठवणीत ॲल्यूट्स शिकारी आहेत; असे ऑटर्स आता राहिलेच नाहीत. मीदेखील त्यांचा फार विचार करायचे नाही. त्यांचा नाही आणि आपण परत येऊ असं सांगून परत न आलेल्या गोऱ्या लोकांचाही नाही!

त्या उन्हाळ्यापर्यंत, मावळलेल्या सर्व दिवस-रात्रींची मी नोंद ठेवली होती – बेटावर मी आणि माझा भाऊ एकटेच राहिलो होतो, त्या दिवसापासून ते आजतागायत! येणाऱ्या-जाणाऱ्या प्रत्येक रात्रीला मी माझ्या घराच्या दाराजवळ असलेल्या एका खांबावर चाकूने एक खूण करायची. अशा असंख्य खुणा होत्या तिथे, छपरापासून फरशीपर्यंत! पण त्या उन्हाळ्यानंतर मी या खुणा करणं थांबवलं. आता दिवस-रात्रींच्या हिशेबाला फारसा अर्थच उरलेला नव्हता. आता मी वर्षातले चार ऋतू फक्त नोंदवून ठेवू लागले. मागच्या वर्षी मी तशी गणना केली नव्हती.

उन्हाळ्याच्या उत्तरार्धात रोंटू मरण पावला. वसंत ऋतूच्या आरंभापासूनच, जेव्हा मी मासे पकडायला पाण्यातल्या खडकाकडे जायचे, तेव्हा तो माझ्याबरोबर येईनासा झाला. मी अगदी विनवण्या केल्या, तरच यायचा. नाहीतरी घरासमोरच्या उन्हात लोळत पडायला त्याला भारी आवडायचं. मीही त्याला आडकाठी करायचे नाही आणि मीसुद्धा पूर्वीसारखी वारंवार तिथे जात नव्हते.

रोंटू ज्या रात्री कुंपणापाशी उभा राहून भुंकायला लागला, ती रात्र मला चांगलीच आठवते आहे. त्याला बाहेर जाऊ द्यावं म्हणून तो भुंकत होता. बऱ्याचदा, पौर्णिमेच्या रात्री तो असं करायचा आणि सकाळी परत यायचा. पण त्या रात्री चंद्रही नव्हता; आणि तो परतही आला नाही.

मी दिवसभर त्याची वाट पाहिली, अगदी तिन्हीसांजा होईतोवर; आणि मग त्याला शोधायला बाहेर पडले. त्याच्या पाऊलखुणांचा मागोवा घेत, सँड-ड्यून्सवरून एक टेकडी ओलांडून एका गुहेपाशी आले. हीच ती गुहा, जिथे कधी काळी तो राहिला होता. मला तो तिथे सापडला – गुहेच्या मागच्या भागात, एकटा. पहिल्यांदा मला वाटलं,

तो जखमी झाला आहे. पण शरीरावर काही जखमा वगैरे नव्हत्या. त्यानं जिभेने माझा हात चाटला, पण एकदाच; आणि नंतर तो शांत झाला. त्याचा श्वास जेमतेम चालू होता.

रात्र झाली होती आणि रोंटूला घरी घेऊन जायचं, तर बाहेर मिट्ट काळोख होता. म्हणून मी तिथेच राहिले. रात्रभर मी त्याच्याजवळ बसून होते आणि त्याच्याशी बोलत होते. पहाट झाली. रोंटूला कुशीत घेऊन मी ती गुहा सोडली. तो फार कृश झाला होता. जणूकाही त्याच्यातलं चैतन्य अगोदरच लोपून गेलं होतं.

मी कड्यावर पोहोचले तेव्हा सूर्योदय झाला होता. आकाशात गल्सचा कोलाहल चालला होता. त्या आवाजाने त्यानं कान टवकारले. मी त्याला खाली ठेवलं. मला वाटलं, नेहमी तो त्यांच्यावर भुंकायचा तसं त्याला आत्ताही भुंकायचं असेल. त्यानं मान वर उचलली, डोळ्यांनी त्या पक्ष्यांचा मागोवा घेतला, पण भुंकला नाही.

"रोंटू," मी म्हटलं, "सी-गल्सवर भुंकायला तुला नेहमीच आवडायचं. सकाळपासून अगदी दुपार होईपर्यंत तू त्यांच्यावर भुंकत राहायचास. आता माझ्यासाठी त्यांच्यावर भुंक ना रे."

पण त्यानं पुन्हा त्यांच्याकडे बघितलंही नाही. हळूहळू मी जिथे उभी होते तिथपर्यंत तो चालत आला आणि माझ्या पायाशी कोसळला. मी माझा हात त्याच्या छातीवर ठेवला. मला त्याच्या हृदयाची धडधड जाणवत होती. पण ते फक्त दोनदाच धडधडलं... अतिशय मंद गतीनं. किनाऱ्यावरील लाटांसारखी पोकळ आणि मोठ्या आवाजातली धडधड. तीही नंतर शांत झाली.

"रोंटू," मी रडू लागले, "रोंटू रे!"

मी त्याला भूशिरावर पुरलं. एक बिळ खोदलं... त्यासाठी पहाटेपासून सूर्यास्तापर्यंत अशी दोन दिवस मी जमीन खणत होते. त्याला तिथे चिरनिद्रा दिली. त्याला थोडी सँडफ्लॉवर्स (वालुकापुष्पं) वाहिली आणि एक काठी तिथे ठेवली. मी ही काठी फेकायचे, तेव्हा तिच्यामागे धावत जायला त्याला खूप आवडायचं. किनाऱ्यावर वेचलेल्या रंगीबेरंगी गारगोट्यांनी त्याचा देह झाकून टाकला.

सव्वीस

त्या हिवाळ्यामध्ये मी त्या पाण्यातल्या खडकाकडे मुळीच फिरकले नाही. साठवणीतले खाद्यपदार्थ मी खायचे आणि पाणी आणायला फक्त झऱ्यावर जायचे. तसेही वादळी वारे वाहात होते. मुसळधार पाऊस पडत होता. समुद्र खवळलेला होता. त्याच्या प्रलयंकारी लाटा कड्यावर येऊन फुटत होत्या. त्यामुळे, रोंटू असता तरी मी फारशी बाहेर गेलेच नसते. त्या काळात मी खाच पाडलेल्या व्ही (V) आकाराच्या फांद्यांपासून प्राण्यांना पकडायची जाळी बनवली.

उन्हाळ्यात एकदा, मी जेव्हा सी-एलिफंट्सच्या वसाहतीकडे चालले होते, तेव्हा वाटेत मला रोंटूसारखं दिसणारं एक कुत्र्याचं पिल्लू दिसलं होतं. रानटी कुत्र्यांच्या एका टोळीबरोबर ते धावत होतं. ते मला ओझरतंच दिसलं. तरी त्याला बघताक्षणी माझी खातरी पटली की, हा रोंटूचा मुलगा आहे.

इतर कुत्र्यांपेक्षा आकाराने तो मोठा होता. अंगावर दाट फर. पिवळे डोळे आणि रोंटूसारखंच लांब ढांगा टाकत ऐटदार धावणं. वसंत ऋतूत मी त्याला पकडण्याचा बेत केला – मी जी जाळी विणत होते; तिच्या मदतीनं.

हिवाळा सुरू झाला की, रानटी कुत्रे बऱ्याचदा भूशिराकडे यायचे. आता रोंटू नव्हता ना, त्यामुळे. जेव्हा वाइटातली वाईट वादळं ओसरली, तेव्हा मी कुंपणाच्या बाहेर जाळी लावली. आमिष म्हणून त्या जाळीत मासे ठेवले. पहिल्या वेळेस मी अनेक कुत्रे पकडले. पण त्यांच्यात तो पिवळ्या डोळ्यांचा नव्हता आणि या कुत्र्यांना हाताळायची मला भीती

वाटत होती, त्यामुळे नाइलाजाने मला त्यांना सोडून द्यावं लागलं.

मी आणखीन काही जाळी बनवली आणि ती लावून ठेवली. आता ते रानटी कुत्रे जवळ तर यायचे; पण माशाला तोंडही लावायचे नाहीत. एकदा तर एक लहानसा तांबडा कोल्हाही पकडला. मादी होती ती. तिला जाळ्यातून बाहेर काढल्याबरोबर ती मला चावली. मात्र तिचं हिंस्रपण लवरकच गळून पडलं आणि ती माझ्या अंगणात मागे-मागे येऊ लागली. 'ॲबेलॉन' देण्यासाठी ती माझ्या विनवण्या करायची. पक्की चोर होती ती. मी घरात नसले की, मी लपवून ठेवलेल्या खाण्याच्या जागी या ना त्या प्रकारे जाऊन पोहोचायची, मग ते किती का डोकं लढवून लपवलेलं असू दे... शिताफीने ते हस्तगत करायची ती. त्यामुळे मला तिला पुन्हा घळीकडे सोडून यावं लागलं. तरीपण, खूप वेळा रात्री ती यायची आणि कुंपणावर नखांनी खरवडत राहायची, खायला मागायची.

जाळं टाकून त्या कुत्र्याच्या पिल्लाला मी पकडू नाही शकले; तेव्हा मी तो नाद सोडून द्यायच्या बेतातच होते; इतक्यात मला 'तोल्युआची'*तणाची आठवण झाली. हे तण कधीकधी आम्ही टाइड पूलमध्ये मासे पकडायला वापरायचो. खरं तर ते विष नव्हतं; पण पाण्यात ते टाकलं, तर थोड्याच वेळात मासे पोट दाखवत तरंगायला लागत.

मला या तणांची आठवण झाली आणि बेटावर, दूर टोकाला जिथे ते उगवायचं, तिथे मी गेले आणि थोडेसे उकरून काढले. त्यांचे छोटे-छोटे तुकडे केले आणि रानटी कुत्रे ज्या झऱ्यावर पाणी प्यायचे, त्या झऱ्यात ते टाकले. दिवसभर मी वाट पाहात होते. तिन्हीसांजेच्या वेळी ती टोळी झऱ्याकडे आली. तहान शमेल इतकं पाणी प्यायली पण त्यांना काहीही झालं नाही किंवा असं म्हणू या, फारसं काही नाही! ते थोडा वेळ आसपास बागडत राहिले आणि आल्या वाटेने निघून गेले. ब्रशच्या झुडपांत लपून मी त्यांना न्याहाळत होते.

तेव्हा मला 'झुचाल'*ची आठवण झाली. आमच्या जमातीतले

---

* तोल्युआची : एक मेक्सिकन वनस्पती. यापासून मादक द्रव्यं बनवतात. अतिरिक्त सेवनाने वेडेपणा, भ्रम होणे, मृत्यूही येऊ शकतो.

* झुचाल : सी-शेल्स आणि तंबाखूचं चूर्ण करून बनवलेलं झिंग आणणारं द्रव्य.

काही जण त्याचा उपयोग करायचे. चूर्ण केलेल्या सी-शेल्सपासून आणि रानटी तंबाखूपासून हे तयार केलं जातं. मोठ्ठा वाडगा भरून मी हे चूर्ण तयार केलं, ते पाण्यात मिसळलं आणि मग झऱ्यात टाकलं. झुडपांमध्ये लपून मी वाट पाहात राहिले. तिन्हीसांजा झाल्या. कुत्र्यांची टोळी आली. त्यांनी हुंगून पाण्याचा वास घेतला. दचकून थोडे मागे झाले आणि एकमेकांकडे पाहू लागले. अखेर हो नाही, हो नाही करता-करता पाण्याला त्यांनी तोंड लावलंच. थोड्याच वेळात ते गोल-गोल फिरू लागले. अचानक ते सगळे खाली पडले आणि झोपून गेले.

त्या झऱ्याच्या काठी असे नऊ कुत्रे पडले होते. तिथल्या अंधूक प्रकाशात, त्यातल्या ज्या कुत्र्याला मला घरी न्यायचं होतं; तो ओळखता येणं कठीणच होतं. पण मी त्याला ओळखलंच. नुकतंच भरपेट जेवण झालं असावं, अशागत तो घोरत होता मी त्याला उचलून घेतलं आणि घाईघाईने कड्यावरून निघाले. संपूर्ण रस्ताभर मनात एकच भीती होती; मी भूशिरावरल्या माझ्या घरी पोहोचायच्या आतच तो उठला तर?

कुंपणाखालच्या विवरामधून मी त्याला आतमध्ये ओढून घेतलं आणि एका चामड्याच्या वादीने त्याला कुंपणाला बांधून टाकलं. त्याच्याजवळ थोडंसं खायला आणि थोडं ताजं पाणी ठेवून दिलं. थोड्याच वेळात तो आपल्या पायांवर उभा राहिला. वादी कुरतडू लागला, केकाटत राहिला आणि अंगणात धावत सुटला. मी शांतपणे आत रात्रीचं जेवण बनवत होते. रात्रभर तो केकाटत राहिला, पण पहाटे जेव्हा मी बाहेर पडले तेव्हा तो झोपला होता.

कुंपणापाशी तो तसा झोपला असताना, मी त्याचं काय नाव ठेवायचं, याचा विचार करत होते. वेगवेगळी नावं डोळ्यासमोर येत होती, एकदा हे तर एकदा ते! आणि स्वत:शीच ती नावं पुटपुटत होते. मग एकदाचं नाव ठरलं! तो बराचसा त्याच्या वडिलांसारखाच दिसत असल्यानं, मी त्याला 'रोंटू-आरु' या नावाने हाक मारू लागले. याचा अर्थ होतो, 'रोंटूचा मुलगा.'

थोड्याच दिवसांत त्याची माझी गट्टी जमली. तो रोंटूइतका धिप्पाड नव्हता, पण वडिलांसारखी दाट फर त्याच्या अंगावर होती आणि तसेच पिवळे डोळे. बऱ्याच वेळा सँडबारवर जेव्हा त्याला सी-गल्सच्या मागे धावताना किंवा पाण्यातल्या खडकावर उभा राहून ऑटरवर भुंकताना

मी पाहायचे. तेव्हा विसरूनच जायचे की, हा रोंटू नाही म्हणून... मला रोंटूचाच भास व्हायचा.

त्या उन्हाळ्यामध्ये आम्ही खूप आनंदाचे क्षण व्यतीत केले. नावेत बसून मासे पकडले, 'टॉल रॉक'कडे गेलो. पण आता मला प्रकर्षाने तुतोकची आणि माझी बहीण उलापीची आठवण येऊ लागली. कधीकधी तर मला वाऱ्यावर त्यांचे आवाज ऐकू यायचे; आणि कितीदा तरी, मी जेव्हा समुद्रावर असायचे तेव्हा नावेला हळुवार स्पर्श करणाऱ्या लपलपत्या लाटांमधूनही त्यांचे आवाज मला ऐकू यायचे.

सत्तावीस

हिवाळ्यातली ती भयानक वादळं ओसरली. त्यानंतर कितीतरी दिवस वारा पडलेला होता. हवा इतकी जड झाली होती की, श्वास घेणंही मुश्कील व्हावं. आणि सूर्य इतकी आग ओकत होता की, समुद्रच जणू एक तप्त सूर्यगोल झाला होता. त्याच्याकडे बघवत नव्हतं, इतका प्रखर.

तो अशा हवेतला शेवटचा दिवस होता. त्या दिवशी मी गुहेतून माझी नाव काढली आणि पाण्यातल्या खडकाला फेरी मारून सँडबारकडे वल्हं मारत निघाले. रोंटू-आरुला मी सोबत घेतलं नव्हतं, कारण त्याला थंडीचा मोसम आवडायचा, पण उष्मा मुळीच नाही! आणि तो माझ्याबरोबर आला नाही हे एका परीने बरंच झालं. आत्तापर्यंत सर्वांत अधिक उष्मा असलेला तो दिवस होता. समुद्र तांबड्या प्रकाशात चमकतच होता. माझ्या डोळ्यांवर मी लाकडी चष्मा चढवला होता. बाहेरचं बघण्यासाठी त्यात छोट्या खाचा केलेल्या होत्या. गल्सही आकाशात उडत नव्हते. ऑटर केल्पच्या जाळ्यांवर गुपचूप पहुडलेले होते आणि पिटुकले खेकडे आपापल्या बिळांमध्ये खोल-खोल दडी मारून बसलेले होते.

मी माझी नाव किनाऱ्यावर ओढून आणली. ती पाण्यानं भिजली होती आणि सूर्याच्या उष्णतेने त्या पाण्याची वाफ होत होती. प्रत्येक वसंत ऋतूच्या आरंभी मी माझी नाव घेऊन सँडबारवर जायचे आणि तिला तडे गेले असले, तर जरुरीप्रमाणे ताजं डांबर लावायचे. त्या दिवशी संपूर्ण सकाळ मी याच कामात घालवली. अधूनमधून समुद्रात डुबकी घेऊन तापलेलं शरीर थंड करायचे, इतकाच काय तो विसावा.

सूर्य आकाशात वर चढू लागला तशी मी माझी नाव उपडी केली आणि सरपटत तिच्या सावलीत झोपायला गेले.

मी झोपून फार वेळ झाला नसेल; अचानक मला जाग आली. मला वाटलं ढगांचा गडगडाट होतो आहे. पण माझ्या निवाऱ्यातून बाहेर डोकावून बघितल्यावर मला दिसलं की, आकाश अगदी निरभ्र झालं आहे. आकाशात एकही ढग नाही आणि तरीसुद्धा तो गडगडाट येतच राहिला. तो दूर अंतरावरून; दक्षिण दिशेकडून येत होता. आणि मी लक्षपूर्वक ऐकत असताना क्षणोक्षणी त्याची तीव्रता वाढतच गेली.

मी ताडकन उभी राहिले. माझ्या नजरेने पहिली गोष्ट काय टिपली असेल तर ती होती, सँडबारच्या दक्षिणेकडील उतारावरील किनाऱ्यावरचा चमकदार पट्टा. आत्तापर्यंतच्या माझ्या या बेटावरील आयुष्यात मी कधीच अशी ओहोटी पाहिली नव्हती. खडक आणि मला माहिती नसलेले समुद्राच्या पाण्यात जेमतेम बुडालेले लहान-लहान खडक (रीफ) त्या डोळे दिपवणाऱ्या प्रकाशात उघडे पडले होते. जणूकाही दुसरीच कुठलीतरी जागा होती ती. मी झोपले होते एका बेटावर आणि दुसऱ्याच कुठल्यातरी बेटावर मला जाग आली होती.

माझ्या भोवतालची हवा एकाएकी गच्च झाली. एक अस्पष्टसा आवाज आला. जणूकाही एखादा महाकाय प्राणी त्याच्या जबड्यातून अव्याहतपणे हवा शोषून घेत असावा. निरभ्र आभाळातून तो गडगडाट आता अधिक जवळ येऊ लागला. त्या आवाजाने माझ्या कानात दडे बसले. नंतर त्या चमकत्या किनाऱ्यापलीकडे, उघडेबोडके खडक आणि पाण्यात बुडालेले खडक; या साऱ्यांच्या पलीकडे, तीन-चार मैल अंतरावरने मला एक उत्तुंग पांढरं शिखर बेटाच्या दिशेने येताना दिसलं.

वरती आकाश आणि खाली समुद्र यांच्या मधोमध ते शिखर संथपणे सरकताना दिसत होतं. पण तो समुद्रच होता. डोळ्यांवर चढवलेला लाकडी चष्मा मी ओरबाडून काढला आणि फेकून दिला. भेदरून सँडबारवर मी धावत सुटले. धावता-धावता मी अडखळले, उठून उभी राहिले, आणि पुन्हा धावू लागले. समुद्राची पहिली लाट आदळली, तशी माझ्या पायाखालची वाळू थरथरली. पावसाच्या पाण्यासारखे तुषार माझ्या आवतीभोवती उडाले. त्या तुषारांच्या सरींमध्ये

केल्पचे तुकडे आणि इवलेसे मासेही होते. त्या रौद्ररूप धारण केलेल्या लाटेबरोबर तेही उडून बाहेर पडले.

सँडबारच्या वळणावरून गेले असते, तर मला कॉरल कोव्हपर्यंत आणि तिथून उंच पठाराकडे जाणाऱ्या पायवाटेपर्यंत पोहोचता आलं असतं. पण हे सगळं करायला माझ्याकडे वेळ नव्हता. एव्हाना पाणी माझ्या गुडघ्यापर्यंत आलं होतं. चारी दिशांनी पाण्याचे लोंढे येत होते आणि मला चारी बाजूंनी खेचत होते. कडा माझ्यासमोर उभा ठाकला. तो कडा समुद्रशैवालामुळे निसरडा झाला असला, तरी मला आधी एक हात आणि नंतर एक पाय ठेवायला आधार मिळाला. अशा रीतीने एका वेळेस एक पाऊल टाकत मी स्वतःला वर ओढून घेतलं.

या उत्तुंग लाटेचं शिखर माझ्या खालून गेलं आणि गर्जना करत, ती लाट कॉरल कोव्हकडे जाऊ लागली.

काही वेळ कसलाच आवाज आला नाही. नंतर समुद्र पुन्हा मागे हटू लागला. मागे-मागे धावू लागला. तो तसा धावताना दीर्घ, फेसाळ प्रवाह उठत होते. पण तो स्वस्थानी जायच्या आतच आणखी एक रौद्र लाट दक्षिणेकडून सरकत आली. कदाचित ती पहिल्या लाटेपेक्षा अधिक मोठी असेल. मी वरती बघितलं. कडा माझ्या डोक्यावर सरळसोट उभा होता. मला वरती चढायला जागाच नव्हती.

मी खडकाला सामोरी होऊन उभी राहिले. माझे पाय एका अरुंद कपारीवर, एक हात एका दगडाच्या फटीत खोलवर खुपसलेला. मागे वळून पाहिलं, तर ती लाट पुढे-पुढे येत होती. ती वेगाने येत नव्हती, कारण ती दुसरी लाट अजून विरली नव्हती. काही क्षण मला वाटलं की, ती लाट मुळी येणारच नाही, कारण दोन्ही लाटा सँडबारच्या पलीकडे अचानक एकमेकींना भिडल्या. पहिली लाट समुद्रात पुन्हा मिसळून जायला बघत होती, तर दुसरी लाट किनाऱ्याला भेटण्यास उत्सुक होती.

दोन राक्षस एकमेकांवर टकरावेत, तशा त्या दोन्ही लाटा एकमेकींवर आदळल्या आणि आकाशात उंच उडाल्या. एकदा या बाजूला, मग त्या बाजूला झुकल्या. मोठमोठे भाले युद्धात तुटून पडावेत, तसा कानठळ्या बसवणारा कडकडाट झाला आणि सूर्याच्या तांबूस प्रकाशात आजूबाजूला उडणारे तुषार रक्तासारखे भासू लागले.

संथपणे दुसऱ्या लाटेने पहिल्या लाटेला मागे जाण्यास भाग पाडले. ती तिच्यावर आरूढ झाली आणि एखादा विजेता कसा पराभूताला खेचून नेतो, तशी तिला घेऊन ती बेटाकडे धावत आली.

ती लाट कड्यावर आदळली. तिच्या असंख्य लसलसत्या जिभांनी माझ्याभोवती विळखा घातला. त्यामुळे मला काही दिसेना, काही ऐकू येईना. त्या जिभा खडकातल्या सर्व फटींना स्पर्श करत होत्या, फटीफटीत घुसत होत्या. कपारीला धरून ठेवणाऱ्या माझ्या हाताला, माझ्या अनवाणी पायांना खेचत होत्या. माझ्याही उंचीच्यावर खडकाच्या तोंडावर, उंचच उंच उसळत होत्या. वर-वर जात होत्या आणि नंतर आकाशाला कवेत घेऊ पाहाणाऱ्या त्या जिभा थकून-भागून पुन्हा खाली कोसळत होत्या. मला ओलांडून, फुत्कार टाकत 'कोव्ह'कडे धावणाऱ्या पाण्याला जाऊन मिळत होत्या.

अचानक सारा आसमंत शांत झाला. त्या शांततेमध्ये मला माझ्या हृदयाची धडधड ऐकू येत होती आणि तेव्हा मला भान आलं, आपली खडकावरची पकड अजून सुटली नाही आणि आपण जिवंत आहोत.

रात्र झाली. कडा सोडून जायची मला भीती वाटत होती. पण मला हीही पूर्ण कल्पना होती की, आपण सकाळपर्यंत तिथे राहू शकणार नाही. आपल्याला झोप लागणार आणि आपण झोपेत खाली पडणार. परंतु घराकडे जाणारा रस्ताही मला दिसत नव्हता. शेवटी मी त्या कपारीवरून खाली उतरले आणि अंग चोरून कड्याच्या पायथ्याशी बसले.

पहाट झाली. वारा मुळीच नव्हता. हवेत कमालीचा उष्मा जाणवत होता. सँडबारवर सर्वत्र केल्पच्या राशी विखुरल्या होत्या. मेलेले मासे, लॉबस्टर्स आणि गुलाबी रंगाचे खेकडे यांचा सर्वत्र खच पडला होता. कोव्हच्या खडकाळ भिंतीपाशी दोन लहान देवमासे अडकून पडले होते. दूरवर, उंच पठारावर घेऊन जाणाऱ्या पायवाटेवर मला बराच सागरी खजिना मिळाला.

रोंटू-आरु कुंपणापाशी माझी वाटच पाहात होता. जेव्हा मी कुंपणाखालून रांगत आत आले, तेव्हा त्यानं माझ्या अंगावर झेप घेतली आणि माझ्या मागे-मागे यायला लागला. मला तो क्षणभरही दृष्टिआड होऊ देत नव्हता.

उंच भूशिरावरल्या माझ्या घरी मी आले तेव्हा मला अगदी हायसं वाटलं. इथपर्यंत लाटा पोहोचल्या नव्हत्या. मी फक्त एकच दिवस लांब होते घरापासून; पण असं वाटतं होतं, केवढा काळ लोटला आहे! खूप दिवस आपण बाहेर होतो! मागे नावेत बसून बेट सोडून दूर गेले होते, तेव्हा जसं वाटलं होतं तसंच आत्ताही वाटत होतं. जवळ-जवळ दिवसभर मी झोपून राहिले. पण मला खूप स्वप्नं पडत होती आणि जाग आली तेव्हा माझ्या आजूबाजूला चमत्कारिक वातावरण होतं! सारं काही विचित्र वाटत होतं. किनाऱ्यावर समुद्राची गाज ऐकू येत नव्हती. गल्स चिडिचूप होते. जणूकाही धरतीने श्वास रोखून धरला होता. कधीतरी भयंकर उत्पात घडणार होता आणि ती त्याच्या प्रतीक्षेत होती.

तिन्हीसांजेच्या वेळी मी झऱ्याकडून परत येत होते. पाण्याची टोपली खांद्यावर ठेवून रोंटू-आरुबरोबर कड्यावरून चालत होते. सर्वत्र, नजर टाकावी तिथे समुद्र शांत आणि पिवळ्या रंगाचा, जणू आमच्या बेटावर असा येऊन पडलेला, फार दमलेला. गल्स अजूनही मूक! चिडिचूप! आपल्या खडकांमधल्या घरट्यांत विसावलेले!

हळूहळू पृथ्वी हालू लागली. माझ्या पावलांपासून ती दूर जाऊ लागली. आधार सुटू लागला आणि क्षणभर मला वाटलं, आपण अधांतरी तरंगतो आहोत! टोपलीतलं पाणी कलंडलं आणि माझ्या चेहऱ्यावर सांडू लागलं. नंतर ती टोपली खाली जमिनीवर पडली. आपण काय करतो आहोत हे न समजून, दुसरी समुद्रातली लाट अंगावर येते आहे, असा मूर्खासारखा विचार करून मी पळायला सुरुवात केली. पण ती लाटच होती, भूकंपाची लाट. आणि कड्यावर, माझ्या पायाखाली, जमिनीच्या पोटात मला ते तरंग जाणवत होते.

मी पळत असताना दुसऱ्या लाटेने मला गाठलं. मागे वळून पाहिलं तेव्हा अशा बऱ्याच लाटा मला दक्षिणेकडून येताना दिसल्या – अगदी समुद्रातल्या लाटांसारख्याच होत्या त्या. त्यानंतर मला आठवतं आहे ते इतकंच की, मी जमिनीवर उताणी पडले होते, रोंटू-आरु माझ्या पलीकडे होता आणि आम्ही दोघं आपापल्या पायांवर उभं राहायचा प्रयत्न करत होतो. नंतर आम्ही पुन्हा भूशिराच्या दिशेने धूम ठोकली, एका घराकडे; जे लांबून गदागदा हालताना दिसत होतं. वाटत होतं, याला जणू पाय फुटलेत आणि ते प्रवासाला निघालं आहे!

कुंपणाखालचं विवर खचून आत कोसळलं होतं. त्यामुळे मला तिथले दगड ओढून बाजूला करावे लागले. तेव्हा कुठे आम्हाला रांगत आत शिरणं शक्य झालं. रात्र झाली पण 'भूमंडळ अजूनही डगमगत' होतं. एखाद्या महाकाय प्राण्याच्या श्वासोच्छ्वास चालावा; तसं वर-खाली होत होतं. मला कड्यावरून दगड कोसळताना, गडगडत खाली येऊन समुद्रात उडी घेतानाचे आवाज येत होते.

रात्रभर आम्ही घरात पडून राहिलो. धरती थरथर कापत होती, शिळा कोसळत होत्या. मात्र भूशिरावरली ती मोठी शिळा कोसळली नाही. विश्वाच्या निर्मात्यानं खरोखरीच आमच्यावर क्रुद्ध होऊन धरणी गदागदा हालवली असती; तर मात्र ती नक्कीच कोसळली असती.

सकाळ झाली. धरणीमाता पुन्हा एकदा शांत झाली आणि उत्तरेकडच्या समुद्रावरून वाहात येणारा ताजा वारा केल्पचा गंध घेऊन आला.

अठ्ठावीस

सुदैवाने त्या भूकंपात फारसं नुकसान झालं नाही. उलट, कित्येक दिवस वाहायचा बंद झालेला झरासुद्धा पुन्हा वाहू लागला आणि पूर्वीपेक्षा अधिक खळाळता झाला! पण त्या रौद्र लाटांनी माझे गुहेत साठवून ठेवलेले खाद्यपदार्थ आणि शस्त्रं मात्र वाहून गेली. त्याचप्रमाणे मी जिच्यावर काम करत होते, ती नाव आणि दक्षिणेकडच्या कड्याखाली लपवलेल्या नावा यांचंही बरंच नुकसान झालं.

माझ्यासाठी त्या नावांचं झालेलं नुकसान हे सर्वाधिक नुकसान होतं. दुसरी नाव बांधायची, तर तिला लागणारं पुरेसं लाकूड शोधण्यातच माझा कितीतरी वेळ मोडला असता, संपूर्ण वसंत ऋतू आणि उन्हाळासुद्धा! म्हणून मी सारं काही सुरळीत झाल्यावर पहिल्याच दिवशी सकाळी बाहेर पडले. लाटांनी किनाऱ्यावर जे काही भग्नावशेष आणून टाकले असतील; त्यांच्या शोधार्थ.

दक्षिणकड्यांजवळच्या खडकांमध्ये मला माझ्या एका नावेचा एक भाग मिळाला. वाळूमध्ये आणि माना मुरगळलेल्या केल्पच्या ढिगात तो गाडला गेला होता. तो उकरून मोकळा करण्याचं काम करण्यातच सगळी सकाळ गेली. नंतर मी तो खरवडून साफ केला. मग काय करावं ते मला कळेना. मी ते अस्थिबंध कापू शकले असते आणि कड्यावरून एका वेळी दोन फळ्या पाठीवर टाकून सँड-ड्यूनसवरून कॉरल कोव्हपर्यंत आणू शकले असते. तेवढं जमण्यासारखं होतं. पण या हेलपाट्यांनाच कितीतरी दिवस लागले असते. किंवा मग इथेच या खडकांवर बसून मी हे नाव बांधणीचं काम करू शकले असते. पण दुसऱ्या एखाद्या

वादळात माझा शेवट होण्याआधीच ही नाव वाहून गेली असती, असा सारासार विचार करून शेवटी मी यातला कुठलाच पर्याय निवडला नाही.

समुद्र शांत होता. त्या दिवशी मी नावेचे जे काही अवशेष उरले होते, त्यांचा आधार घेऊन पाण्यात तरंगत राहिले आणि त्या फळकुटाला पुढे लोटत राहिले. सँडबार मागे टाकून कॉरल कोव्ह बंदरात आले. तिथे मग मी नावेचा मोडतोड झालेला भाग काढून टाकला आणि त्या फळ्या पायवाटेवर घेऊन गेले. जिथे त्या अकराळ-विक्राळ लाटा पोहोचू शकल्या नव्हत्या; अशा ठिकाणी!

माझ्या दुसऱ्या नावेचे अवशेषसुद्धा मला सापडले. ही नाव गुहेत पार आतपर्यंत वाहत गेली होती आणि ती बाहेर काढणं शक्य नव्हतं. म्हणून मी पुन्हा दक्षिणेला कड्यावर गेले आणि केल्पच्या राशींमध्ये परत एकदा शोधाशोध केली. तेव्हा कुठे मला लाकडाच्या पुरेशा ढलप्या मिळाल्या. माझ्यापाशी अगोदर जे लाकूड होतं, ते आणि हे लाकूड मिळून आता नव्या नौकेची बांधणी करायला काहीच हरकत नव्हती.

आता वसंताचा उत्तरार्ध सुरू झाला होता. हवा अजूनही अस्थिर होती. बहुतेक दररोज पावसाच्या हलक्या सरी येत होत्या. पण काही असो, मी नाव बांधणीचं काम सुरू ठेवलं. कारण शेलफिश पकडण्यासाठी मला नावेची आवश्यकता होती. मी मागे म्हटल्याप्रमाणे, अॅल्यूट लोकांचा विचार मनातून काढून टाकला होता. तरीसुद्धा हवं तिथे जायला माझ्याजवळ नाव नव्हती, त्यामुळे मला बेचैन वाटत असे.

फळ्या जवळपास एकाच लांबीच्या होत्या, साधारणपणे माझ्या हाताएवढ्या; परंतु त्या वेगवेगळ्या पडावांच्या निखळलेल्या फळ्या होत्या आणि त्यामुळे त्या एकत्र जोडणं कठीण जात होतं. मात्र त्यांना पाडलेली छिद्रं शाबूत असल्यामुळे माझे बरेचसे कष्ट वाचले आणि वेळही! मला दुसरी मदत झाली, ती त्या रौद्र लाटांनी किनाऱ्यावर आणून टाकलेल्या काळ्या डांबराच्या लांब-लांब धाग्यांची! बेटावर बऱ्याचदा हे मिळणं कठीणच असतं आणि मला त्याची गरज होतीच.

चांगल्या फळ्या निवडून मी वेगळ्या केल्या. त्यांना आकार दिला तेव्हा मात्र मुख्य कामाला वेग आला. वसंत ऋतू संपत आला असताना त्या नावेचे सांधे जोडण्याची तयारी पूर्ण झाली होती. कडक डांबर

वितळवून मऊ करायचं काम मी हाती घेतलं. त्या दिवशी सकाळी नेमका वारा सुटला होता. तो वारा थंडगार होता म्हणून विस्तव पेटवायला मला बराच अवधी लागला. तो लवकर पेटावा म्हणून मी किनाऱ्यावर वाळलेलं सी-वीड आणायला गेले.

सी-वीडचे भारे दोन्ही हातात उचलून मी परत येत होते. सहज वळून मी आकाशाकडे बघितलं. झोंबणाऱ्या वाऱ्यावरून वादळ जवळ येत असल्याची लक्षणं दिसू लागली होती. दूर उत्तरेला आकाश स्वच्छ, निरभ्र दिसत होतं. परंतु पूर्व दिशेला करड्या रंगाच्या ढगांची दाटी झाली होती, ते एकावर एक स्वार झाले होते. या मौसमात कधीकधी पूर्वेकडून अशी वादळं उठायची.

त्या क्षणी, मेघांच्या त्या गर्द सावल्यांमध्ये मला दुसरंच काही दिसलं. आपण सी-वीडचा भारा घेऊन चाललो आहे, हे विसरून मी माझे हात वर केले. तो भारा जमिनीवर पडला.

तिथे समुद्रावर एक शीड, एक जहाज होतं! क्षितिजरेषा आणि किनाऱ्यापासून निम्म्या अंतरावर!

मी भूशिरावर पोहोचले तेव्हा ते जहाज वाऱ्याच्या वेगाचा फायदा घेऊन खूपच जवळ आलं होतं. ॲल्यूट लोकांच्या जहाजावर असायची तशी लाल रंगाची चोच त्याच्या नाळेवर नव्हती. तसंच ते गोऱ्या लोकांच्या जहाजासारखंही दिसत नव्हतं... माझ्या चांगलं स्मरणात होतं ते!

या 'निळ्या डॉल्फिनच्या बेटा'वर ते का आलं असावं? दबकत-दबकत मी भूशिरावर गेले आणि विचार करू लागले. माझं हृदय धडधडत होतं. त्या जहाजातले ते खलाशी ऑटरची शिकार करायला तर आले नसतील? ते जर शिकारी असतील, तर त्यांनी मला बघण्याआधी मला लपून बसायला पाहिजे. मी पेटवलेला विस्तव आणि मी बनवत असलेली नाव त्यांच्या दृष्टीस पडण्यास वेळ लागणार नाही. तरीसुद्धा, मी गुहेत जाऊन कदाचित त्यांच्यापासून सुरक्षित राहू शकते. आपला जीव वाचवू शकते. पण त्यांना जर माझ्या माणसांनी मला घेऊन येण्यासाठी पाठवलं असेल, तर मात्र मी लपता कामा नये.

ते जहाज संथपणे काळ्या खडकांच्यामधून वळसा घेऊन कॉरल कोव्हमध्ये येऊन दाखल झालं. मला आता ती माणसं दिसत होती, ते ॲल्यूट्स नव्हते.

त्यांनी समुद्रात एक पडाव सोडला आणि त्यातले दोघे जण किनाऱ्याकडे वल्ही मारत येऊ लागले. एव्हाना सोसाट्याचे वारे वाहू लागले होते. त्यामुळे त्यांना जमिनीवर उतरता येईना. शेवटी त्यातला एक जण मागे पडावातच थांबला. तर दुसरा दाढी नसलेला माणूस, पाण्यात उडी मारून पोहत किनाऱ्यावर आला आणि पायवाटेपर्यंत येऊन पोहोचला.

मला तो दिसत नव्हता; पण थोड्या वेळाने मला त्याचं ओरडणं ऐकू आलं. एकदा नंतर दोनदा आणि मला समजून चुकलं, त्याला तो विस्तव दिसला आहे आणि मी बनवत असलेली नावही सापडली आहे. बंदरामध्ये पडावात बसून राहिलेल्या त्याच्या सहकाऱ्यानं उत्तर दिलं नाही किंवा जहाजावरल्या माणसांनीही नाही. मग माझी पूर्ण खातरीच पटली की, तो आपल्यालाच हाका मारतो आहे!

शिळेवरून मी सरपटत खाली उतरले आणि घरी गेले. माझे खांदे उघडे असल्यानं मी ते ऑटर केपने झाकून घेतले. माझा कॉर्मोरंटचा स्कर्ट घेतला, ॲबेलॉन्सचा पेटारा घेतला; ज्याच्यात मी माझा नेकलेस आणि इयर-रिंग्ज ठेवायची. नंतर मी रोंटू-आरुला घेऊन कॉरल कोव्हकडे जाणाऱ्या पायवाटेवर जाऊन पोहोचले.

उन्हाळ्यामध्ये माझे पूर्वज जिथे कधीकधी तळ ठोकायचे, त्या ढिगाऱ्यापाशी मी आले. त्यांचा विचार माझ्या मनात आला. भूशिरावरल्या माझ्या घरात व्यतीत केलेल्या आनंदाच्या क्षणांचा, पायवाटेपलीकडेच अर्धवट काम राहिलेल्या माझ्या नौकेचा विचार आला. अशा खूप गोष्टींचे विचार मनात येत राहिले; पण आता ओढ लागली होती – माणसांच्या दुनियेत जाण्याची, त्यांचे आवाज, त्यांच्या हसण्याचा खळखळाट ऐकण्याची.

मी तो ढिगारा मागे टाकला. तिथल्या पांढऱ्या शिंपल्यांवर आता हिरवंगार गवत उगवू लागलं होतं. पण मला त्या माणसाच्या हाका आता ऐकू येईनाशा झाल्या, म्हणून मी धावत सुटले. दोन पायवाटा जिथे एकमेकींना मिळतात, जिथे मी विस्तव पेटवला होता; त्या जागी मला त्या माणसाच्या पाऊलखुणा दिसल्या.

त्यांचा मागोवा घेत मी कोव्हपर्यंत पोहोचले. पडाव पुन्हा जहाजावर चढवण्यात आला होता. वारा घोंघावत होता. बंदरावर धुकं जमू लागलं

होतं आणि त्याच्या लाटा किनाऱ्यावर येऊन थडकू लागल्या. मी हात वर केला आणि खच्चून ओरडले. पुन्हा-पुन्हा ओरडत राहिले, पण वाऱ्यावर माझा आवाज विरून गेला. मी किनाऱ्यावर धावत सुटले आणि पाण्यात उतरले. पण त्या माणसांना काही मी दिसले नाही.

आता गरजत्या वाऱ्याला पावसाची साथ मिळाली होती. वाऱ्याच्या झोतांनी पावसाची झड माझ्या तोंडावर येऊन आपटू लागली. लाटांमधून मार्ग काढत मी आणखीन पुढे गेले. दोन्ही हात उंचावून मी जहाजाला खुणा करत होते. ते दक्षिणेकडे गेलं आणि हळूहळू धुक्यात अदृश्य झालं. जहाज दृष्टिआड होईपर्यंत मी जागीच खिळून राहिले!!

एकोणतीस

आणखीन दोन वसंत ऋतू आले आणि गेले. त्यानंतर एके दिवशी सकाळी आकाशात पांढरे ढग असताना आणि समुद्र शांत असताना एक जहाज पुन्हा बेटावर आलं. पहाटे मला ते भूशिरावर दिसलं. दूऽऽर क्षितिजावर त्याची आकृती दिसत होती. सूर्य डोक्यावर आला तेव्हा त्यानं कॉरल कोव्ह बंदरात नांगर टाकला होता.

सूर्य मावळेपर्यंत मी भूशिरावरच रेंगाळत होते आणि तिथून गोऱ्या लोकांच्या हालचाली टिपत होते. त्या लोकांनी किनाऱ्यावर तंबू ठोकला आणि शेकोटी पेटवली. तेव्हा मी माझ्या घरी गेले. रात्रभर मला झोप आली नाही. मनात त्या माणसाचाच विचार; ज्यानं मला एकदा हाका मारल्या होत्या.

मला साद घालणाऱ्या त्या आवाजाचा मी केव्हापासून विचार करत होते – ते जहाज दूर निघून गेलं त्या वादळी रात्रीपासून! त्या दोन्ही वर्षी वसंत ऋतूमध्ये आणि उन्हाळ्यामध्ये दररोज मी भूशिरावर जायचे आणि लक्षपूर्वक न्याहाळायचे; एकदा पहाटेच्या वेळेला आणि नंतर पुन्हा तिन्हीसांजेला – न चुकता!

सकाळी मला त्यांच्या शेकोटीच्या धुराचा वास आला. मी घळीकडे गेले, झऱ्यामध्ये अंघोळ केली, खांद्यांवर माझी ऑटर केप घातली आणि माझा कॉर्मोरंट स्कर्ट परिधान केला. गळ्यात काळ्या मण्यांचा नेकलेस घातला, काळे इयर रिंग्ज कानात घातले आणि निळ्या रंगाच्या चिकणमातीने नाकावर आमच्या जमातीचं चिन्हं रेखाटलं.

नंतर मी अशी काही कृती केली की, माझं मलाच हसू आलं.

माझ्या मोठ्या बहिणीने, उलापीने 'निळ्या डॉल्फिन्सचं बेट' सोडताना जे केलं होतं; अगदी तेच! आमच्या जमातीच्या चिन्हाखाली मी मोठ्या निगुतीने आणखीन एक चिन्ह रेखाटलं. त्याचा अर्थ होता, 'ही मुलगी अद्याप अविवाहित आहे.' मी आता मुलगी राहिले नव्हते; तरीपण मी ते चिन्ह रेखाटलं एवढं खरं. त्यासाठी निळी चिकणमाती आणि ठिपक्यांसाठी थोडी पांढरी चिकणमाती वापरली.

नंतर मी पुन्हा घरी गेले, विस्तव पेटवला. रोंटू-आरुसाठी आणि माझ्यासाठी स्वयंपाक केला. मला भूक नव्हती, तेव्हा रोंटू-आरुने माझ्यावाटचं जेवणही फस्त केलं.

"आपण हे बेट सोडून निघालो आहोत," मी त्याला म्हटलं, "दूऽर... खूप दूऽर."

पण यावर प्रतिक्रिया म्हणून त्यानं फक्त मान एका बाजूला कलती केली, अगदी जसा त्याचा बाप – रोंटू नेहमी करायचा तशी आणि पुढे मी काही बोलत नाही पाहून तो दुडक्या चालीने कोवळ्या, उबदार उन्हात जाऊन बसला. त्यानं अंग पसरलं आणि बघता-बघता झोपून गेला.

आता गोरे लोक परत आले होते, मला घ्यायला. त्यामुळे समुद्र ओलांडला की, मी काय करेन याची कल्पनाच मी करू शकत नव्हते किंवा ते गोरे लोक कसे असतील, ते तिथे काय करत असतील, याचं मनात चित्र रेखाटणंही मला जमत नव्हतं. इतकंच कशाला भूतकाळाचा विचार करता, इतके 'ऋतूमागून ऋतू' गेल्यावर आता माझ्या माणसांचे चेहरेसुद्धा माझ्या डोळ्यांसमोर येत नव्हते. किंबहुना सगळे चेहरे एकरूप झाले होते. माझ्या छातीत कळ उठली, बस्स आणखी काहा नाही!

ती सकाळ सूर्यप्रकाशात न्हाऊन निघाली होती. वाऱ्याबरोबर समुद्राचा आणि त्यातील जलचरांचा वास वाहात येत होता. त्या गोऱ्या माणसांना माझं भूशिरावरील घर दिसण्याच्या बरंच आधी मी त्यांना पाहिलं होतं. दूर दक्षिणेकडच्या सँड-ड्यून्सवर. ते तिघे जण होते, दोन उंच माणसं आणि एक बुटका. त्या बुटक्यानं एक पायघोळ, करड्या रंगाचा अंगरखा घातला होता.

सँड-ड्यून्स सोडून ते कड्यावर आले आणि नंतर मी पेटवून ठेवलेल्या विस्तवातून येणारा धूर त्यांना दिसला. ते त्याच्या मागोवा घेत अखेर माझ्या घरापर्यंत येऊन पोहोचले. मी कुंपणाखालून रांगत

बाहेर आले आणि त्यांच्यासमोर जाऊन उभी राहिले. ग्रे कलरचा अंगरखा घातलेल्या माणसाच्या गळ्यात एक मण्यांची माळ होती आणि तिच्या टोकाला पॉलिश केलेल्या लाकडापासून घडवलेला एक दागिना. त्या माणसाने हात वर केला आणि माझ्याकडे बघून त्या दागिन्याच्या आकारासारखे हावभाव केले.* नंतर त्याच्यामागे उभ्या असलेल्या दोघांमधला एक जण माझ्याशी बोलू लागला. आत्तापर्यंत माझ्या ऐकण्यात जे शब्द आले होते, त्यातले सर्वांत चमत्कारिक आवाज होते ते. पहिल्यांदा ते ऐकून मला हसूच आलं, पण नंतर मी माझी जीभ चावली.

मी मान हालवली आणि त्याच्याकडे बघून हसले. तो पुन्हा बोलू लागला, सावकाशपणे, त्याचे शब्द पूर्वीसारखेच जरी विचित्र वाटत होते आणि माझ्या दृष्टीने यावेळेला ते जरी निरर्थकच होते; तरी या क्षणी कानाला ते आता गोड वाटत होते. तो मानवी आवाज होता आणि या आवाजासारखा मधुर आवाज साऱ्या जगात दुसरा कुठलाच असू शकत नव्हता.

त्या माणसाने आपला हात उचलला आणि कोव्हकडे निर्देश केला. हवेतल्या हवेत एक चित्र काढलं. ते बहुधा जहाजाचं असावं.

यावर मी मान हालवली आणि तिथे विस्तवापाशी ठेवलेल्या तीन टोपल्यांकडे बोट दाखवलं. माझ्याबरोबर ते सामानही जहाजावर न्यायचं आहे, अशा अर्थाच्या खुणा केल्या. तसंच पक्ष्यांची दोन पिल्लं मी ज्या पिंजऱ्यात ठेवली होती, तो पिंजरापण न्यायचा आहे, असं सूचित केलं.

आम्ही तिथून निघण्यापूर्वी आमच्यामध्ये बऱ्याच खाणाखुणा झाल्या; मात्र ते दोघे जण आपापसात बोलत होते. त्यांना माझ्या गळ्यातला हार, माझी खांद्यावरची झूल, उन्हात झळाळणारा कॉर्मोरंट स्कर्ट हे सारं खूप आवडलं. पण जेव्हा आम्ही त्यांच्या छावणीपाशी किनाऱ्यावर आलो तेव्हा पहिली गोष्ट त्या सर्वाधिक बोलणाऱ्या माणसाने काय केली असेल, तर ती होती त्या दोघांना आदेश देणं! त्यानं त्या दोघांना माझ्यासाठी नवा वेष शिवण्याचा आदेश दिला.

---

* येथे उल्लेख केलेली माळ रोझरी (ख्रिश्चन पाद्र्यांची जपमाळ) आणि तो दागिना म्हणजे 'क्रॉस' असावा.

मला तो काय म्हणाला हे कळलं, कारण त्या दोघांतला एक जण माझ्यासमोर उभा राहिला. माझ्या गळ्यापासून ते पायापर्यंत त्यानं एक दोरी धरली. ती मापं झाल्यावर या खांद्यापासून त्या खांद्यापर्यंत!

तो नवा पेहराव निळ्या रंगाचा होता. विजारींनी बनवला होता... त्या गोऱ्या लोकांनी परिधान केलेल्या विजारींसारखाच! त्या विजारी त्यानं तुकड्या-तुकड्यांमध्ये कापल्या. नंतर एक जण खाली एका दगडावर बसला आणि ते तुकडे पुन्हा पांढऱ्या सुतांनी (धाग्यांनी) तो जोडू लागला. या माणसाचं नाक लांब होतं. त्याच्या हातात जी सुई होती तिच्यासारखं ते दिसत होतं. तो दुपारभर दगडावर बसून होता. सुई मागे-पुढे, आत-बाहेर होत होती आणि उन्हात चमकत होती.

अधूनमधून तो माणूस तो वेष वरती धरायचा आणि संमतीदर्शक मान हलवायचा. जणूकाही त्याच्या कामगिरीवर तो खूश झाला आहे, अशा अर्थी. मीसुद्धा तशीच मान हालवायचे, मलाही आनंद झाला आहे असं दाखवायचे. पण खरं तर मला मुळीच आनंद झाला नव्हता. मला माझा कॉर्मोरंट स्कर्ट घालायचा होता, खांद्यावर ऑटर झूल घ्यायची होती. तो शिवत होता, त्या वेषापेक्षा कैक पटींनी ते सुंदर होते.

तो पेहराव माझ्या गळ्यापासून पायांपर्यंत पोहोचत होता आणि मला तो आवडला नाही. त्याचा रंगही नाही आणि ज्या पद्धतीने त्याचा त्वचेला खरखरीत स्पर्श होत होता, तो स्पर्शही नाही. शिवाय तो अंगात घातल्यावर मला उकडायला लागलं, ते वेगळंच. पण मी स्मित केलं आणि माझा कॉर्मोरंट स्कर्ट, लांब एका टोपलीत ठेवला. समुद्र पार केला की, त्यांचा डोळा चुकवून आजूबाजूला ती माणसं नसताना कधीतरी तो मी नक्कीच घातला असता!

ते जहाज नऊ दिवस कॉरल कोव्ह बंदरात राहिलं. ऑटरची शिकार करायला ते लोक आले होते, पण ऑटर्स निघून गेले होते. अर्थातच, ज्यांना ॲल्यूट्स स्मरणात होते, असे काही ऑटर्स असतील अजून जिवंत; कारण त्या दिवशी सकाळी तिथे एकही ऑटर दृष्टीस पडला नाही.

ते कुठे गेले ते मला माहीत होतं. ते सारे 'टॉल रॉक'कडे गेले होते. परंतु त्या गौरवर्णीयांनी जेव्हा त्यांच्याजवळची ऑटरची शिकार करण्यासाठी

आणलेली हत्यारं दाखवली, तेव्हा मी मान हालवली आणि असा अभिनय केला की, मला त्यांचं बोलणं समजलंच नाही. त्यांनी माझ्या ऑटर केपकडेही बोट दाखवलं; तरीपण मी नकारार्थी मान हालवत राहिले.

त्यांना मी खूप-खूप वर्षांपूर्वी, माझ्या माणसांना दूर घेऊन गेलेल्या त्या जहाजाबद्दल विचारलं, जहाजाच्या खुणा करून आणि पूर्वेकडे बोट दाखवून. पण त्यांना काहीच उमगलं नाही. 'सांता बार्बरा मिशन'मध्ये मी आले आणि तिथल्या फादर गोन्सालीसना भेटले; तेव्हा मला त्यांच्याकडून कळलं की, ते जहाज त्यांच्या देशाच्या हद्दीत येऊन पोहोचलं, परंतु लवकरच एका झंझावाती वादळात त्याला जलसमाधी मिळाली. त्या अथांग सागरात त्या वेळी तिथे तेच जहाज होतं, दुसरं कोणी नाही आणि त्यामुळेच गोरे लोक मला घ्यायला आले नव्हते.

दहाव्या दिवशी आम्ही जलप्रवासाला निघालो. त्या दिवशी आकाश स्वच्छ निळं होतं आणि वारा वाहात नव्हता. आम्ही सरळ उगवतीच्या दिशेने जाऊ लागलो.

मी बराच वेळ उभी राहून मागे जाणाऱ्या 'निळ्या डॉल्फिन्सच्या बेटा'कडे बघत होते. शेवटी दिसलं ते भूशिर. बेटाचं ते अखेरचं दर्शन. तिथे रंगीबेरंगी गारगोट्यांच्या खाली चिरनिद्रा घेणारा रोंटू, वोन-आ-नी जिथे कुठे असेल तिथे, आणि माझ्या घराच्या कुंपणाला कुरतडण्याचे निष्फळ प्रयत्न करणारा तो लहानसा लाल कोल्हा, आणि माझी गुहेत लपवून ठेवलेली नाव आणि बेटावरचे सर्व सुखाचे दिवस... या साऱ्यांची मला आठवण येत होती.

समुद्राच्या पाण्यातून डॉल्फिन्स वर येत होते आणि जहाजाच्या पुढे पोहत होते. सकाळच्या त्या सोनेरी पाण्यातून ते कितीतरी मैल आम्हाला सोबत करत होते. त्यांच्या पोहण्यानं पाण्यावर फेसाळ नक्षी उठत होती. पक्ष्यांची पिल्लं त्यांच्या पिंजऱ्यात किलबिलत होती आणि रोंटू-आरु माझ्याजवळ बसला होता.

◆